जाणता राजा

श्री शिवछत्रपती

रा.वा. शेवडे गुरुजी

मेहता पब्लिशिंग हाऊस

❦ JANATA RAJA SHREE SHIVCHHATRAPATI
by R.V. Shevade Guruji

❦ **जाणता राजा श्री शिवछत्रपती** / कुमार साहित्य
रा.वा. शेवडे गुरुजी
E-mail : author@mehtapublishinghouse.com

❦ © मेहता पब्लिशिंग हाऊस

❦ प्रकाशक
सुनील अनिल मेहता
मेहता पब्लिशिंग हाऊस,
१९४१, सदाशिव पेठ, माडीवाले कॉलनी, पुणे ३०.
✆ ०२०-२४४७६९२४
E-mail : production@mehtapublishinghouse.com
Website : www.mehtapublishinghouse.com

❦ प्रकाशनकाल
सप्टेंबर, २०१७, पुनर्मुद्रण : फेब्रुवारी, २०१९

❦ मुखपृष्ठ व आतील चित्रे
देविदास पेशवे

❦ P Book ISBN 9789386745392

माझे आदरणीय स्नेही,
मा.अप्पासाहेब ऊर्फ सा.रे.पाटील
चेअरमन
दत्त सहकारी साखर कारखाना,
शिरोळ, जि. कोल्हापूर
यांच्या सौजन्यशीलतेस अर्पण

राजांच्या चरणी

शहाजी राजांनी विजापूरच्या दरबारात प्रवेश केला. त्यांच्या आगमनाने दरबार स्थिरस्थावर झाला. आदिलशहाने आपल्या शूर सेनानीकडे कौतुकाची नजर टाकली. दृष्टादृष्ट होताच शहाजीराजांनी लवून मुजरा केला. बरोबर आणलेल्या शिवरायाकडे पाहत ते म्हणाले,

"बाळराजे, आदिलशाहांना मुजरा करा."

काही न बोलता बाळराजे चार पावले मागे सरकले. आपल्या चिमण्या तेजस्वी डोळ्यांनी त्यांनी शाही दरबार न्याहाळला, सूक्ष्म एकटक नजरेने बादशहाचे नखशिखान्त अवलोकन केले.

शिवरायांनी मुजरा केला नाही.

शहाजीपुत्र शिवाजीचे दरबारात प्रथमच आगमन, कदाचित तो बिचकला असेल, घाबरला असेल, म्हणून मातब्बर दरबारवासीयांनी दुर्लक्ष केले.

दरबाराच्या कामकाजाला प्रारंभ झाला. दरबार संपला.

परत आपल्या वाड्यावर आल्यावर शिवराय शहाजी राजांना म्हणाले,

"पिताजी, पुन्हा मी दरबारात येणार नाही."

"का बरं?"

"तुम्ही आम्हाला मुजरा करायला सांगता–"

"मग त्यात काय बिघडलं? आम्ही नाही का मुजरा करीत?"

"परक्यांच्या राजाला आम्ही काय म्हणून मुजरा करावा? ज्यांच्या राज्यात भर रस्त्यावर गाई मारतात, देवळं पाडतात, त्यांना मुजरा करणं आम्हाला हरगीज मंजूर नाही. मासाहेब तर एकदा सांगत होत्या—"

"काय सांगत होत्या मासाहेब?" शहाजी राजांच्या कपाळाला आठ्या चढल्या.

इतक्यात तिथे जिजाऊ मासाहेब आल्या. त्यांनी मध्यस्थी केली. शिवरायांनी पुन्हा दरबारात जाऊ नये, असे ठरले.

शिवरायांच्या या बाणेदारपणाने शहाजीराजे आणि विशेषतः जिजाऊ मासाहेब मनोमन सुखावल्या.

छत्तीस गावांची जहागीर सांभाळण्याची जबाबदारी बालवयात शिवरायांवर येऊन पडली. अवघ्या चौदाव्या वर्षी ते न्यायनिवाडा करू लागले. असे करताना जिजाऊ मासाहेब आणि आदरणीय दादाजी कोंडदेव यांचा अधिक्षेप त्यांनी कधी होऊ दिला नाही.

तो ऐतिहासिक महत्त्वाचा निवाडा–

रांझ्याच्या पाटलाने वेठमजुराची एक तरणीताठी पोर बाटविली. नंतर तिने आत्महत्या केली. निकाल देताना शिवबांचा क्रोध अनावर झाला. त्यांच्या तळपायांची आग मस्तकाला गेली.

त्यांनी निकाल सुनावला...

'पाटील, रांझ्याचे तुम्ही वतनदार पाटील. छत्तीस गावांच्या प्रजेचे आम्ही जसे तारणदार, तसे तुमच्या गावचे तुम्ही पालनदार. रक्षकच जर भक्षक ठरला, तर पापभीरू दुबळ्या प्रजेने कुणाकडे पाहायचे? तुमच्या अपराधाचे स्वरूप भयानक आहे. त्यातल्या त्यात एका गरीब आश्रित स्त्रीची तुम्ही केलेली बेइज्जती... प्राणदंडाचीही शिक्षा अपुरी पडेल, या गुन्ह्याला. या गुन्ह्याबद्दल आम्ही तुम्हाला शिक्षा फर्मावितो की, तुमचा उजवा हात खांद्यापासून आणि डावा पाय कमरेपासून तोडला जाईल. छत्तीस गावांतून तुमची धिंड काढली जाईल. असे घोर पाप करणाऱ्यांना दहशत बसली पाहिजे. माता–भगिनींना निदान आमच्या जहागिरीत तरी मोकळ्या मनाने वावरता आले पाहिजे.'

अशा स्वाभिमानी न्यायप्रिय शिवछत्रपतींनी आयुष्याच्या पन्नास वर्षांत हिंदवी स्वराज्य संस्थापनेचा एक चमत्कार करून दाखविला. धैर्य, शौर्य, साहस, मुत्सद्देगिरी, सत्पुरुषांबद्दल आदर, देवाधर्मावर निष्ठा, प्रजेवर पुत्रवत् प्रेम इत्यादी गुण त्यांच्या ठिकाणी एकवटले होते. त्यांनी सामान्यातून असामान्य वीर निर्माण केले. तानाजी, सूर्याजी, येसाजी, नेताजी, बाजीप्रभू, मुरारबाजी, जिवा महाला, शिवा काशीद, मदारी मेहतर इत्यादींनी श्री शिवछत्रपतींसाठी आपल्या प्राणांची बाजी लावली. स्वराज्य-स्थापनेच्या कामात शिवछत्रपतींना जे जे आडवे आले, मग ते स्वकीय चंद्रराव मोरे असोत, बाजी घोरपडे असोत नाहीतर परकीय अफझलखान, फत्तेखान असोत, त्यांनी त्यांना निष्ठुरपणे कापून काढले. एकनिष्ठ पापभीरू मुसलमानांना त्यांनी दुखविले नाही. मंदिराप्रमाणे मशिदीबद्दल मनात आदरभाव बाळगला. आजच्या लोकशाहीला लाजवेल असा राज्यकारभार अष्टप्रधान मंडळाकडून त्यांनी चालविला.

उभ्या भारतात हिंदूंना कोणी त्राता नव्हता, म्हणून त्यांनी स्वतःला राज्याभिषेक करून घेतला.

पण नियतीला एखाद्याचे सुख फार काळ पाहवत नसावे. गृहकलह सुरू झाला. युवराज शंभूराजे मोगलांना मिळाले. शिवछत्रपतींनी शंभूराजांना सोडवून आणले.

अशा या श्री शिवछत्रपतींचे उद्बोधक जीवन म्हणजे आपणा महाराष्ट्रीयांचेच नव्हे, तर अखिल भारतीय जनतेचे स्फूर्तिस्थान आहे, पावनतीर्थ आहे. त्यांच्या सत्चरित्राचे गुणगान वारंवार केले असता, नवा आनंद, नवा उत्साह, नवी प्रेरणा मिळते.

संस्काराच्या दृष्टीने अशा प्रेरणेची आजच्या विद्यार्थी वर्गाला नितांत गरज आहे. म्हणून मजसारख्या विद्यार्थिप्रेमी सेवानिवृत्त शिक्षकाची ही धडपड.

❀ ❀ ❀

सनावली

१५९४	राजे शहाजी यांचा जन्म
१५९६	जिजाबाईंचा जन्म
१६२९	लखुजीराव जाधव यांचा मृत्यू
१६३०	शिवजन्म (१९ फेब्रुवारी)
१६३०-३१	भयंकर दुष्काळ
१६४१	शिवरायांचे पुण्यात आगमन
१६४५	पहिला न्यायनिवाडा (रांझे पाटलास शिक्षा)
१६४५	रोहिडेश्वराची शपथ
१६४६	तोरणा काबीज
१६४८	फत्तेखानाचे पारिपत्य
१६४९	राजे शहाजींची मुक्तता
१६५६	जावळी जिंकली
१६५९	अफजलखानाचा वध
१६६०	बाजी प्रभूंचे बलिदान
१६६३	शाहिस्तेखानावर छापा
१६६५	पुरंदरचा तह
१६६६	आग्र्याहून पलायन
१६७०	कोंडाणा काबीज (तानाजींचा मृत्यू)
१६७४	प्रतापरावांचा मृत्यू
१६७४	शिवराज्याभिषेक
१६७४	जिजाबाईंचा मृत्यू
१६७६	नेताजीचे शुद्धीकरण
१६७८	शंभूराजे मोगलांना मिळतात
१६८०	शिवछत्रपतींचे निधन (३ एप्रिल)

प्रखर उन्हात भर दुपारी वेरूळचे वतनदार पाटील मालोजी भोसले आणि त्यांचे बंधू विठोजी खांद्यावर असूड टाकून जमिनीची नांगरट करीत होते. एक वळीव नुकताच पडून गेला होता. नांगरट करण्यासारखी जमीन मऊ झाली होती.

दिवसभर कष्ट करून दोघे थकले. एका झाडाखाली ते विश्रांती घेण्यासाठी गेले. दुपारची उरलेली भाकरी त्यांनी खाऊन टाकली आणि पोटभर पाणी प्यायले. मालोजीराव विठोजीला म्हणाले,

"विठोजी, काय हे आपलं जिणं?"

"का रे?"

"नाही, नाव मोठं लक्षण खोटं."

"मग तुला काय म्हणायचंय?"

"आमचं भोसले घराणं म्हणे शिसोदिया वंशाचं. शिसोदियांनी राज्य केलं, तलवारी गाजविल्या आणि आम्ही मात्र तेल्याच्या घाण्यावाणी जगतोय. तीच नांगरट, तीच पेरणी, तीच कापणी, तीच सुगी, नाही तर तोच दुष्काळ. नाव सोनूबाई हाती कथलाचा वाळा."

"हे बघ मालोजीदादा, देवाची कृपाच आपल्यावर नाही."

"तेही खरंच. आम्ही आमच्या नशिबाला दोष देतो, पण कुलदैवताची भक्ती करत नाही."

"असं करू, उद्या आपण घृष्णेश्वराला जाऊ आणि शिवशंकराला साकडं घालू."

मालोजीराव आणि विठोजी दुसरे दिवशी घृष्णेश्वराला गेले. त्यांनी मंदिराची अवकळा पाहिली. त्यांना अतिशय दुःख झाले. मंदिराच्या भिंती पडून गेल्या होत्या. दरवाजा किडून मोडून पडला होता. शंकराच्या पिंडीभोवती ठिकठिकाणी खूप खड्डे व मातीचे ढीग साचले होते. मंदिराची ती दुःस्थिती पाहून विठोजी म्हणाला,

"मालोजीराव, हे आमचं कुलदैवत आणि त्याची ही अशी अवस्था!"

"बरोबर आहे. आम्ही आमच्या कुलदैवताची काळजी घेत नाही, मग त्या कुलदैवतानं आमची काळजी का घ्यावी? विठोजी, आता ठरलं!"

"ठरलं?" विठोजी उत्सुकतेने म्हणाला. "काय ठरलं?"

"या मंदिराचा जीर्णोद्धार करायचा."

मालोजीराव भोसल्यांनी वेरुळातील गावकऱ्यांना एकत्र केले. पुढे मंदिराच्या जीर्णोद्धाराची कल्पना मांडली. आपल्या एका वर्षाच्या पाटीलकीचे निम्मे उत्पन्न त्यांनी मंदिराच्या बांधकामात मोलमजुरीसाठी खर्च करण्याचा निश्चय जाहीर केला.

गावकऱ्यांच्यात शिवभक्ती सुप्त होतीच. कुणीतरी जाग, जाण आणणारा भेटण्याचाच अवकाश होता. कांदाभाकरीच्या मजुरीवर, हां हां म्हणता घृष्णेश्वराचे मंदिर बांधून तयार झाले. एका पुजाऱ्याची त्याच्यावर नेमणूक करण्यात आली. महाशिवरात्रीला मोठा उत्सव करण्याचे मालोजीरावांनी शंकरापाशी मागून घेतले.

महाशिवरात्र आली. यात्रेला सारा गाव लोटला. पताका, तोरणे मंदिराभोवती उभारली गेली. अंगण स्वच्छ करण्यात आले. तात्पुरता मंडप थाटण्यात आला. गावकऱ्यांनी बेल वाहिला. मालोजीराव आणि त्यांची पत्नी उमा, विठोजीसह मानाचा बेल वाहण्यासाठी आले. मालोजीरावांनी बेल वाहिला. उमाबाईंनी हळद-कुंकू घातले. विठोजींनीही बेल वाहिला. पुजाऱ्याने तीर्थप्रसाद दिला. मालोजीरावांनी तीर्थ प्राशन केले. प्रसाद तोंडात टाकण्यापूर्वी ते शिवशंकराला उद्देशून म्हणाले,

"हे कुलदैवता घृष्णेश्वरा, आम्हाला क्षमा कर. आजपर्यंत आम्ही तुझी हेळसांड केली; आता मात्र तसं होणं नाही. आमच्यावर कृपा कर, नि कौल दे. शिसोदिया वंशाचं अंगात सळसळणारं रक्त नुसती नांगरट करण्यातच खर्ची पडणार, की आमच्या शौर्याला काही वाव मिळणार? आज मी तुला हे साकडं घालीत आहे. त्याचं उत्तर दे."

पुजाऱ्याला उद्देशून मालोजीराव पुढे म्हणाले, "पुजारी, कुलदैवताला कौल लावा."

पुजाऱ्याने शंकराच्या पिंडीवर गंधाचा लेप ठेवला. त्याच्यावर एक सुवर्णपुष्प ठेवले आणि "शिव शिव शंकर, गौरी शंकर, सांब सदाशिव शंकर" असा शंकरमंत्राचा जयघोष घंटांच्या निनादात सुरू केला. पुजाऱ्याने डोळे मिटले होते. त्याचेच अनुकरण सर्वांनी केले.

शिवनामाचा घोष थांबला. कुठून तरी वाऱ्याची झुळूक आली आणि ते सुवर्णपुष्प शिवपिंडीवरून कलंडले. मालोजीरावांनी अधीरतेने पुजाऱ्याला विचारले,

"सांगा पुजारी, काय कौल दिला आमच्या कुलदैवतानं?"

"धनी, आनंद! आनंद! शिवशंकरानं आपणास उजवा कौल दिला. घृष्णेश्वर आपणावर प्रसन्न झाला आहे. आता खात्री बाळगा, उज्ज्वल भविष्यकाळ दूर नाही."

प्रसन्न मनाने मालोजीराव, उमाबाई आणि विठोजी घरी परतले. परतताना मालोजीराव म्हणाले,

"विठोजी, देवाच्या मनात काय आहे कुणास ठाऊक!"

"ते लवकरच कळेल. त्याची नित्य नेमानं पूजा चालू ठेवा आणि वाट पाहा."

"विठोजी, अरे आजच मला एक पंचहजारी सरदार झाल्यागत वाटतंय."

✹ ✹ ✹

दर सोमवारी मालोजीरावांची घृष्णेश्वरवारी सुरू झाली. बरोबर उमाबाई आणि विठोजी असत.

त्या वर्षी शेती विलक्षण पिकली. अमाप पीक मालोजीरावांच्या वाड्यात येऊन पडले. धान्याच्या ढिगाऱ्याकडे पाहत मालोजीराव म्हणत, "कुलदैवताची कृपा."

हा हा म्हणता वर्ष उलटून गेले. महाशिवरात्रीचा उत्सव जवळ आला. एका सोमवारच्या वारीला जात असताना विठोजीला मालोजीराव म्हणाले,

"पीक-पाण्याचं ठीक आहे; पण आमच्या हातचा नांगर सुटून तलवार कधी येणार? मुसलमानांच्या जुलूम-जबरदस्तीतून आम्ही आमच्या रयतेला दिलासा कधी देणार?"

"दादा, वाट पाहा. नाही तरी देव भक्तीचीसुद्धा परीक्षा घेत नाही का?"

"तेही खरंच."

"पण दादा, मला एक समजत नाही; आमच्या सोमवारच्या प्रत्येक वारीला उमा वहिनींची आपल्याबरोबर का गडबड असते?"

"अरे, मग तिलाच विचार की.''

"भावोजी, त्यात तुमचं काय गेलं? आम्ही आमच्या पायानं येतो आणि आम्हाला शंकरापाशी काय मागायचं असलं तर, त्याला तुमची हरकत आहे काय?''

"आता आलं आमच्या लक्षात,'' असे विठोजी म्हणाला. मालोजीराव आणि विठोजी खळखळून हसले. उमाबाई लाजेने चूर झाल्या.

शिवरात्रीचा उत्सव मोठ्या थाटात सुरू झाला.

देवळाच्या सोईंत आणि शोभेत भर पडली होती. भोवती फुलझाडे लावली होती. मंडपाबाहेर पाणपोईची व्यवस्था केली होती. उत्सव म्हणून गोरगरीब आशेने येत. मालोजीराव त्यांना गोडधोडाचे पोटभर जेवण देत.

मानाचा बेल घेऊन मालोजीराव पुढे झाले. मागे उमाबाई आणि विठोजी होतेच. मालोजीराव पुजाऱ्याला म्हणाले,

"बेल वाहायला आणलाय.''

"मग औंदा काही साकडं आहे की नाही? लावू का कौल? बोला.''

पुजाऱ्याने गंधाचा लेप पिंडीवर चढविला. त्यावर सुवर्णपुष्प ठेवले. शिवनामाचा जयघोष घंटांच्या निनादात सुरू झाला. डोळे उघडून मालोजीरावांनी पाहिले. फूल कलंडले होते. मालोजीराव पुजाऱ्याला म्हणाले,

"पुजारी, सांगा याचा अर्थ.''

"आनंद, आनंद. उजवा कौल मिळाला!'' पुजारी म्हणाले. "लवकरच सारं मनासारखं होणार.''

"ठीक–ठीक.'' समाधानानं मालोजीराव उद्गारले. "पर आमचं काळ्याचं पांढरं होण्याच्या आत जमून आलं, म्हणजे बरं.''

उत्सव संपला. मालोजीराव, उमाबाई आणि विठोजी परतले. अधीरतेने उमाबाई म्हणाल्या,

"धनी, आमीबी मागून घेतलं होतं. नि आमालाबी कौल मिळाला.''

"वहिनी, काय म्हणताय?''

"भावोजी, वळखायचं असतं; सारं बोलायचं नसतं.''

मालोजीराव आणि विठोजी यांना हसता हसता आणि उमाबाईंना लाजता लाजता पुरेवाट झाली.

उमाबाईंना दिवस गेले होते. त्यांच्यापुरता त्यांचा कुलदैवत राणा पावला होता.

नांगरटीचे दिवस आले. खांद्यावर असूड टाकून मालोजीराव आणि विठोजी नांगरू लागले.

असेच एकदा नांगर थांबवून मालोजीराव विठोजीला म्हणाले,

"विठोजी, अरे उमाला शंकर पावला आणि आम्ही अजून त्याचं काय घोडं मारलंय?"

"दादा, अरे बायकांची भक्ती दांडगी असते. आता नक्कीच तुझं भाग्य उजळणार बघ."

"होय. ओढ नांगर!" जड मनाने मालोजीराव उद्गारले.

नांगर अडखळला. मालोजीराव म्हणाले,

"विठोजी, आली का पंचाईत. आता लावा पहार आणि काढा दगड."

विठोजीने पहार आणली. पहारीचा घाव बसताच दगडातून आवाज आला. विठोजी म्हणाला,

"दादा, असला कसला रे दगडाचा आवाज? माणसाप्रमाणं दगडातसुद्धा प्रकार असतात वाटतं?"

"असणारच. सगळ्याच दगडांचे देव होतात का?"

त्यांनी पहारीचे घणामागून घण घातले. आवाज वाढत गेला आणि काय आश्चर्य! तो दगड नव्हता. तांब्याचा हंडा होता, सुवर्ण-मोहरांनी भरलेला!

मालोजीरावांच्या घरी लक्ष्मी चालून आली. त्यांच्या वाड्यावर दुसरा मजला चढला.

शेती कर्ताव्याने दिली. उमदी घोडी खरीदली गेली. धनुष्यबाण, तलवारी, भाले, जमा करण्यात आले. बेकार, तगड्या तरुणांना शिपाईगिरीवर घेण्यात आले. वेरुळात आखाडा बांधण्यात आला. आखाड्यात कुस्तीचं शिक्षण आणि बाहेरच्या पटांगणात ढाल, तलवार, भालाफेक, फरीगदगा, इटा, बोथाटी, लाठी इत्यादींच्या शिक्षणाची गर्दीच गर्दी उसळून गेली.

या कामात मालोजीरावांना विठोजीची मोलाची साथ मिळाली. भोसले बंधू हजार दोन हजार घोडेस्वार जवळ बाळगून मुलूखगिरी करू लागले. रयतेला दिलासा मिळू लागला. अन्याय करणाऱ्या क्रूरकर्म्यांना दहशत बसू लागली. शेठ, सावकार, जमीनदार आपणहून मालोजीरावांना प्रेमाने सारा देऊ लागले.

जड पोटी शहाशरीफच्या पीराच्या दर्शनाला उमाबाई नित्य जात होत्या. उपासनेने हा पीर पुत्रप्राप्ती देतो, असा त्याचा लौकिक होता.

पीर पावला आणि उमाबाईंना पुत्ररत्न झाले. वेरुळात आनंदी आनंद पसरला. बारशादिवशी गावजेवण झाले. मुलाचे नाव शहाजी ठेवण्यात आले. बारशाची गडबड संपल्यानंतर विठोजीला घेऊन मालोजीराव घृष्णेश्वराला गेले. घृष्णेश्वरापुढे हात जोडून ते म्हणाले,

"लाख लाख कृपा झाली, शंभू महादेवा तुझी. हे घृष्णेश्वरा, तू जागृत दैवत आहेस हेच खरं."

परत येताना विठोजीला मालोजीराव म्हणाले,

"विठोजी, देवाच्या प्रचंड कृपेचंसुद्धा ओझं वाटायला लागलंय मला. अरे, पाऊस कसा झिमझिम पडावा. कृपेची मुसळधार–"

"दादा, वेडा आहेस बघ." विठोजी समजूत काढण्याच्या स्वरात म्हणाला, "अरे, फार सोसलंस, फार भक्ती केलीस म्हणून फार फळ मिळायला लागलंय."

"काही म्हण विठोजी, पण या वैभवातही कुठं तरी मनाच्या कोपऱ्यात थोडी हूरहूर लागल्यावाचून राहत नाही."

❋ ❋ ❋

वेरूळचे पाटील मालोजी भोसले यांचा थोड्याच अवधीत त्या भागात एक शूर, खंदा, खानदानी मराठा सरदार म्हणून वचक बसला.

ते आपल्या रयतेशी न्यायीपणाने वागत. या कामी लक्ष्मणाप्रमाणे मालोजीरावांना विठोजीची साथ असे.

दौलताबादेवर सुलतान निजामशहाचे राज्य होते. त्याचा वजीर होता हबशी मलिक अंबर. तो मोठा हुशार होता. मालोजीच्या तलवारीची कीर्ती त्याच्या कानी गेली. त्याने निजामशहास सुचवले,

"खाविंद, आपल्या दौलतीवर आदिलशाहीचे हल्ले चढतात."

"बरोबर आहे आणि दिल्लीचा बादशहा केव्हा वरून खाली कोसळेल, याचा नेमही नसतो."

"म्हणून खाविंद आपल्या चरणी एक अर्जी आहे."

"साफ साफ बोला."

"वेरूळचे पाटील मालोजी भोसले आणि त्यांचे बंधू विठोजी भोसले पदरी फौज बाळगून आहेत. ते आपल्या शौर्याबद्दल–"

"मग आपलं म्हणणं काय?"

"त्यांचा आदर करावा. त्यांची सेवा दौलतीला रुजू करून घ्यावी."

"जशी तुमची मर्जी. ताबडतोब जासूद रवाना करा."

मालोजी आणि विठोजी हे भोसलेबंधू निजामशाहीच्या सेवेला रुजू झाले. त्यांना राजे हा किताब मिळाला. पाच हजार घोडदळाच्या प्रमुखांत त्यांची गणना झाली. पुणे आणि सुपे

परगणा त्यांना जहागीर म्हणून बहाल करण्यात आला.

घृष्णेश्वराची कृपा समजून दौलताबादेहून वेरूळच्या वाड्यात त्यांनी प्रवेश केला तो हत्तीवरूनच. ते पायउतार झाले. स्वागताला उमाबाई दिसल्या नाहीत. भावजयीकडे प्रश्नार्थक नजरेने मालोजीराजांनी पाहिले. भावजय हसत म्हणाली.

"जाऊबाईंना कालच सांजचं पुत्ररत्न झालं. त्यांना त्यांचा पीर शहाशरीफ आणखी एकदा पावला.''

त्याच हत्तीवरून लगोलग गावात साखर वाटण्यात आली. बारशादिवशी गावजेवण घालण्यात आले. मुलाचे नाव शरीफजी ठेवण्यात आले. मालोजीराजे विठोजीला म्हणाले,

"विठोजी, अरे काय हा परमेश्वराच्या कृपेचा पाऊस. जीव कसा गुदमरून जातो बघ याच्याखाली.''

"राजे, जे जे काय घडतं आहे हे डोळ्यांनी बघत राहा. सारं ओझं घृष्णेश्वराच्या खांद्यावर ठेवा. चिंता करू नका. कर्तव्य करा. परमेश्वर तुमच्या हातनं काही तरी नवल घडवणार असं मला वाटतंय. मी स्वतःला भाग्यवान समजतो की, तुमच्यासारख्या शूर, नेकीच्या पंचहजारी जहागीरदाराचा भाऊ म्हणून मला मिरवायला मिळतं.''

वेरुळात मालोजीराजांच्या वाड्याला एका कडकोट छोट्या लष्करी छावणीचे स्वरूप आले होते. भाले, ढाली, तलवारी, घोडी निरखून घेऊन खरेदी वाढू लागली. मालोजीराजे

कामगिरीवर गेले, म्हणून विठोजीराजे कारभार सांभाळीत.

असेच एकदा मालोजीराजे पाच वर्षांच्या शहाजीराजांना बरोबर घेऊन दौलताबादेला जाऊन आले. लखुजी जाधवराव नावाच्या एका बड्या जहागीरदाराशी वजीर मलिक अंबरने त्यांचा परिचय करून दिला. मलिक अंबरने मालोजीराजांच्या शौर्याची, धैर्याची अफाट स्तुती केली. लखुजीरावांनी शहाजीराजांची तेजस्वी मूर्ती पाहून बापसे बेटा सवाई होणार, असे उद्गार काढले. लखुजीरावांच्या जवळ त्यांना बिलगून उभ्या असलेल्या तीन वर्षांच्या जिजाऊकडे पाहून मालोजीराजे म्हणाले,

"काय चुणचुणीत पोर आहे, नाही? आमच्या शहाजीराजांना शोभून दिसेल."

"होय ना." लखुजीरावांनी शेरा मारला.

मालोजीराजे वेरूळला परतले. जाधवरावांच्या जिजाऊचे वर्णन त्यांनी उमाबाई आणि विठोजीराव यांच्यापुढे केले. जाधवरावही शहाजीराजांवर खूष होते, असा अभिप्राय त्यांनी सांगितला. पुढेमागे हीच सोयरीक बघायची, असा बेत त्यांनी बोलून दाखविला.

शहाजीराजे नेहमी वडिलांच्यापेक्षा विठोजीकाकांनाच बिलगून असत. विठोजीराव उद्गारले,

"तुझा बाप सारखा कामगिरीवर जातो आणि तू तुझं ओझं माझ्यावर टाकतोस."

असाच काळ आनंदात जात होता. विठोजीराजांचाही संसार फुलाफळांना येऊ लागला.

१५

त्यांनाही पुत्रामागून पुत्र होत गेले. सारे देखणे तसेच कर्तबगार.

सायंकाळच्या वेळी घृष्णेश्वराच्या आवारात वारीचा बेल वाहून झाल्यावर मालोजीराजे, विठोजी आणि उमाबाई, विठोजीची पत्नी आऊबाई आणि त्यांचे पुत्र संभाजी, विठोजी आणि दाकोजी आपण कसे होतो आणि कुठे आलो, याचा कौतुकाने आढावा घेत होते. विठोजीने शेरा मारला,

"आले देवाजीच्या मना, तेथे कोणाचे चालेना."

त्याच वेळी मालोजीराजांचा शोध घेत एक घोडेस्वार तेथे आला. मालोजीराजे म्हणाले,

"कोठून आलास तू?"

"दौलताबादेहून."

"का बरं?"

घोडेस्वाराने मालोजीराजांच्या हातात खलिता दिला. खलित्यात होते–

"शत्रू चालून येत आहे. लगोलग त्याला इंदापुराजवळ गाठा आणि पिटाळून लावा."

आपली मानाची बिदाई घेऊन दौलताबादेला घोडेस्वार परत गेला. मालोजीराजांनी पागेला तयारीचा इशारा दिला. वाड्यातल्या शिवशंकराचे दर्शन घेऊन मालोजीराजे, विठोजीराजे आणि त्यांचे घोडदळ 'हर हर महादेव' करीत इंदापूरच्या वाटेला गेले.

इंदापुरात अभूतपूर्व धुमश्चक्री झाली. खणाखणी झाली. न भूतो न भविष्यती असा पराक्रम करून मालोजीराजांनी शत्रूचे पारिपत्य केले.

–पण दुर्दैव. इंदापूरच्या या युद्धात थोर घृष्णेश्वरभक्त जहागीरदार, मालोजीराजे भोसले मारले गेले.

* * *

रणांगणावर विठोजीराजांच्या मांडीवर मालोजीराजांनी प्राण सोडला. तत्पूर्वी ते म्हणाले,

"विठू, कुलदैवतानं माझी हौस भागविली. आज मी मनासारखी तलवार गाजविली. पडलो, तरी समाधानानं जात आहे. शिवशंकराला माझ्या वतीनं बेल घाला. विठू, तुझ्यावर केवढा भार टाकून मी जात आहे. माझ्या राम-लक्ष्मणांवर, शहा–शरीफांवर मायेची पाखर घाल. साध्वी उमाला सांभाळ."

मालोजीरावांचे निष्प्राण शरीर वेरुळास आणले गेले. उमाबाईंनी सती जाण्याचा आग्रह

धरला. त्यांचे सात्वंन करणे साऱ्यांना कठीण जात होते. अखेर विठोजीराव धीर धरून म्हणाले,

"वहिनी, बिलगलेल्या या दोन वासरांना वाऱ्यावर सोडून जाणार? मालोजीराजांना तरी आवडेल का हे, त्याचा विचार करा."

विठोजीरावाच्या उद्‌गाराने उमाबाईंच्या डोळ्यांपुढे काजवे चमकले.

उमाबाई सती जाण्यापासून परावृत्त झाल्या. त्या कामाला लागल्या. विठोजीराजे राजकारणाच्या चिंतेत आणि चिंतनात मग्न झाले. मालोजीराजांच्या नावाने असणारी जहागीर आता पोरे अज्ञान असल्यामुळे जप्त तर होणार नाही ना, याची मोठी भीती त्यांना वाटत होती. शहाजीराजांच्या नावाने जहागीर व्हावी, म्हणून अर्जी करण्याकरिता ते दोन्ही पोरांना घेऊन दौलताबादेला गेले.

निजामशहाच्या मनात जहागीर जप्त करून टाकावी, असे होते. विठोजीराजे आलेले समजताच निजामशहाने वजीर मलिक अंबर यास बोलावून घेतले. निजामशहा म्हणला,

"मालोजीराजांचे बंधू विठोजीराजे आले आहेत."

"आत्ताच समजलं."

"मालोजीराजे निधन पावल्यामुळे जहागीर काढून घेतल्याचं त्यांना कळवा."

"हुजूर, माफी असावी. पण एक विचार सुचवतो."

"बोला. तुम्ही आमचे वजीर. तुमचं ऐकलंच पाहिजे."

"भोसले असामी म्हणजे मोठे शूर. हुजूरांच्या सेवेस त्यांना रुजू असू द्यावं. बाल शहाजीराजांच्या नावे जहागीर करावी. विठोजीराजे कारभार पाहतील. शहाजीराजे जर चांगले निपजले नाहीत, तर विठोजीच्या मृत्यूनंतर आपण जहागीर सहज जप्त करू शकतो."

"मलिक अंबर, तुमचा धूर्त सल्ला आम्हाला पसंत आहे."

विठोजीराजांना आत बोलविण्यात आले. शहाजी आणि शरीफजी यांना त्यांनी खाविंदांच्या चरणावर घातले आणि ते अदबीने उभे राहिले. मलिक अंबरने विचारले,

"राजे, का येणं केलंत?"

"आपल्या दौलतीसाठी मालोजीराजांनी प्राण पणाला लावले. त्यांचेच सुपुत्र शहाजीराजे. त्यांच्या नावे जहागीर व्हावी, ही विनंती."

"अर्जी मंजूर करण्यात येत आहे." निजामशहा म्हणाले. "सहीच्या सनदा घेऊन चला. मधूनमधून दरबाराला शहाजीराजांना आणत चला. तुम्ही त्यांच्या नावे डोळ्यांत तेल घालून कारभार हाका."

सनदा घेऊन विठोजीराजे शहाजी-शरीफजीसह वेरुळला परत आले.

शहाजीराजांनी बाल्यावस्थेतून कुमारावस्थेत प्रवेश केला. त्यांना तेरावे वर्ष लागले. उमाबाई विठोजीराजांना म्हणाल्या,

"आता सगाईचं बघायला हवं."

"होय, वहिनी."

"धन्यांच्या मनात लखुजी जाधवरावांची लेक भरली होती."

"होय. जाऊन त्यांना भेटतो. मानलं तर उत्तमच. नाही तर फलटणच्या निंबाळकरांकडे एकदोन चुणचुणीत पोरी आहेत."

"पोरी छप्पन्न मिळतील; परंतु धन्यांच्या मनातलं जमून यावं, म्हणून प्रयत्नांची पराकाष्ठा करा."

लखुजी जाधवरावांच्याकडे प्रथम जासूद धाडून, नंतर स्वतः विठोजीराजे त्यांच्या भेटीस गेले. जाधवरावांनी सोयरिक मानली. त्यांच्या त्या एकुलत्या एक लेकीसाठी– जिजाऊसाठी–त्यांनी शहाजीराजांना पसंत केले. सिंदखेडला मोठ्या थाटामाटात विवाहसमारंभ साजरा झाला. जाधवरावांची लेक भोसल्यांच्या कुळात गृहलक्ष्मी म्हणून नांदायला आली.

सर्वत्र आनंदीआनंद झाला. जिजाऊने भोसल्यांच्या घरात आपल्या हुषारीने सर्वांचा लळा लावून घेतला. पुढे काही दिवसांनी शरीफजीचाही विवाह उरकण्यात आला. त्यांना फलटणच्या निंबाळकरांची मुलगी केली.

शहाजीराजे आणि जिजाऊ हळूहळू मोठे होऊ लागले. शहाजीराजे मर्दुमकी गाजवू लागले. जिजाऊला त्याचा अभिमान वाटू लागला. एकदा एक स्वारी जिंकून शहाजीराजे परतले असताना, विश्रांतीच्या वेळी जिजाऊ म्हणाली,

''अखेर त्या निजामशहासाठी तुम्ही तलवार गाजवीत आहात. तुम्ही मराठे आणि त्यांना मारून येता, तेही मराठे आणि जय मात्र निजामशहाचा.''

"मग तुमचं म्हणणं काय राणी सरकार?"

"भोसले, जाधवराव, फलटणचे निंबाळकर एक होतील तर निजामशाहीप्रमाणे मराठेशाही उभी करू शकतील."

"तुझं काहीतरी भलतंच बोलणं बघ." असे शहाजीराजांनी जिजाऊच्या कल्पनेचे उडवाउडवीच्या सुरात कौतुक केले.

❊ ❊ ❊

दौलताबादेला निजामशहाच्या दरबाराला गेलेले शहाजीराजे परत येण्याची वेळ झाली होती. सोबत अन्य भोसले मंडळी असल्यामुळे चिंतेचा काही भाग नव्हता. परंतु सकाळच्या सूर्याला खळे पडलेले पाहून जिजाऊंना थोडे विचित्र वाटले. एकामागून एक अपशकुन होऊ लागले. त्यांचा डावा डोळा सारखा लवू लागला. वाड्यात काम करताना, सतत उंबरा ओलांडताना डावा पायच पुढे पडू लागला. सर्व कामे आटोपून त्या घराच्या शंकराच्या पूजेला बसल्या. भक्तिभावाने त्यांनी बेल, फुले वाहिली आणि उदबत्ती लावली. निरांजने ओवाळली. आरती झाली. त्या शंकराला म्हणाल्या.

"आज मला असं का होत आहे? काही असलं तरी, तुझी कृपा या घराण्यावर आहेच; ती तशीच राहू दे."

जिजाऊ तिथून उठल्या तो वाड्याच्या अंगणात एकच कल्लोळ सुरू असलेला त्यांना दिसला. संभाजीराजे भोसले निधन पावल्याचे आणि शहाजीराजे भोसल्यांना जखमी व बेशुद्धावस्थेत आणल्याचे जिजाऊंना समजले.

शहाजीराजांना एका सोप्यावर आणून ठेवले गेले. वैद्यराज आले. त्यांनी उपचार करण्यास प्रारंभ केला. जिजाऊंनी मनोभावे शुश्रूषा केली. प्रयत्नांची पराकाष्ठा केल्यावर शहाजीराजांची प्रकृती सुधारली. ते एकदा जिजाऊंना म्हणाले,

"जिजाऊ, काय झालं हे?"

"काही बोलू नका. तुम्हाला विश्रांतीची गरज आहे."

"त्याचं काय घेतेस? असल्या जखमा आमच्या पाचवीला पुजलेल्या असतात. पण जिजाऊ–"

"काय धनी?"

"माझ्या शरीराच्या जखमांपेक्षा तुझ्या मनाच्या जखमा फार मोठ्या आहेत. सावरशील ना तू त्यातून? आणि मला मानशील ना तू आपला पहिल्याप्रमाणं."

"हे काय बोलणं धनी! मी आपलीच आहे, आपलीच राहीन– ब्रह्मांड कोसळलं तरी."

"धन्य मी!" असे म्हणत शहाजीराजे पुढे सांगू लागले,

"दरबार संपला. मराठा सरदारांची परतण्याची एकच घाईगर्दी उडाली. त्यात खंडागळ्यांचा हत्ती बुजला. सैरभैर धावला. पाच पन्नासांना त्याने यमसदनाला पाठविले. तुमचे बंधू दत्ताजी जाधवराव हत्तीच्या परिपत्याला धावले. त्यांनी एका घावात हत्तीची सोंडच उतरून ठेवली. हत्तीचे मालक खवळले. खंडागळ्यांच्या मंडळीसह संभाजीराजे भोसले दत्ताजीवर तुटून पडले. दत्ताजी धारातीर्थी पडले. लखुजीरावांना हे कळताच ते वाघासारखे परतले. आम्ही त्यांना सावरण्यास गेलो. त्यांनी एका घावासरशी आम्हाला जमिनीवर लोळविले. पुढे त्यांनी संभाजीराजांचा शोध घेतला आणि पुत्रवधाचा पुरेपूर सूड उगवला."

जिजाऊंच्या नेत्रांतून अश्रूंची सतत धार वाहत होती.

"म्हणून म्हणतो राणीसाहेब, की शरीराच्या जखमांच्यापेक्षा तुमच्या मनाच्या जखमा फार मोठ्या आहेत. तुम्ही आमचा धिक्कार करावा, अशी वस्तुस्थिती आहे. तरी आम्ही

आपणापुढे आवर्जून सांगतो की, या प्रकरणी आम्ही बेकसूर आहोत.''

तशाही स्थितीत मनाचा धीर धरून धन्यांच्या मस्तकावर आपला हात ठेवून जिजाऊ म्हणाल्या,

''धनी, मी सांगितलं ना तुम्हाला की तुम्हीच माझं सर्वस्व आणि तुम्हीच माझे परमेश्वर. पण माझ्या मनाला नेहमीच खंत लागून राहते, हे सारं काय चाललंय आणि कशासाठी चाललंय? आमच्या मराठ्यांनाही हे उमगणार तरी कधी? मराठेशाहीच्या स्थापनेसाठी असे छप्पन्न बळी गेले असते तर, आम्ही त्यात धन्यता मानली असती.''

''राणीसाहेब, हे आम्ही आपल्या तोंडून दुसऱ्यांदा ऐकत आहोत. आपला हा सुविचार आम्ही मनकवडेपणानं मनातल्या मनात एका कोपऱ्यात जपून ठेवला आहे पण काळवेळ यावी लागते. आज तरी, भोसले घराणं आणि जाधवरावांचं घराणं यात हाडवैर निर्माण झालेलं आहे.''

''आता सारा भरवसा त्या कुलदैवत घृष्णेश्वरावर. एकदा तो पावलाय. त्याच्या मनात जे असेल, तेच तो घडवून आणणार.'' जिजाऊ जड मनाने उद्‌गारल्या.

❋ ❋ ❋

निजामशहाच्या दरबारात राजे शहाजी जसजसे आपल्या पराक्रमाने तळपू लागले, तसतशी नवनव्या स्वाऱ्यांची जबाबदारी त्यांच्यावर येऊन पडू लागली. सासरे लखुजी जाधवराव यांना आपल्या जावयांच्या मानमरातबाबद्दल मत्सर वाटू लागला. पुढे तर त्यांचा एवढा जळफळाट उडाला की, अखेर ते मोगलांना मिळाले.

मोगलांच्या वतीने जाधवरावांनी निजामशहावर स्वारी केली. भातवडीजवळ घनघोर चकमक झडली. राजे शहाजी विजयी झाले, पण राजे शरीफजी कामास आले.

या सर्व स्वाऱ्यांची हकिगत जिजाऊ आपल्या पतिराजांकडे ऐकत होत्या आणि दुःखीकष्टी होत होत्या. एकदा तर त्यांना शहाजीराजांनी विचारले,

''राणीसाहेब, आम्ही एवढा पराक्रम करून येतो, दरबारात निजामशहा व मलिक अंबर आमच्यावर स्तुतिसुमनं उधळतात आणि–''

''त्यांनी तसं केलं नाही तरच नवल!''

''पण आम्हाला वाटतं, आमचं कौतुक घरात आपुलकीनं व अभिमानानं व्हावं.''

''एवढं मोठ्ठं मन नाही आमचं.''

"मतलब?"

"स्पष्ट आहे. विजय मोगलांचा नाहीतर निजामशहाचा; मरतात मात्र मराठे. आज भावोजी मारले गेले. असेच एकेक मराठे वीरवर धारातीर्थी पडणार. स्वराज्यासाठी हे घडतं तर?"

"पुरे पुरे! हरदासाची कथा जशी मूळपदाला येते, तसं तुमचं आपलं स्वराज्य... स्वराज्य!" काहीसे गंभीर होऊन शहाजीराजे उद्गारले. "राणीसाहेब, वेळ येताच नि संधी मिळताच तुमचं हे स्वप्न आम्ही आमचं मनोमनीचं मानून साकार करू."

"धनी, त्याच सुवर्णक्षणाची आम्ही आतुरतेनं वाट पाहत आहोत. घृष्णेश्वर पावो नि स्वराज्य निर्माण होवो."

शहाजीराजांचा उत्कर्ष मलिक अंबरला सहन झाला नाही. त्याने भोसले बंधूंत कलागती निर्माण केल्या. शहाजीराजे वैतागून गेले. त्यांनी निजामशाही सोडली आणि विजापूरच्या आदिलशहाची मनसबदारी पत्करली.

विजापूरकरांच्या वतीने शहाजीराजे मलिक अंबरबरोबर सोलापूरच्या किल्ल्यासाठी लढले. मुधोजी फलटणकरांची बंडाळी त्यांनी मोडून काढली. अशा अतुल पराक्रमाने ते विजापुरी दरबारात चमकू लागले. पण–

काही काही गुणी माणसे अशी अभागी असतात की, संकटे त्यांची पाठ सोडीतच नाहीत. शहाजीराजे अशांपैकीच एक होते.

२४

एक वर्ष निघून गेले व परिस्थिती पार पालटून गेली. दिल्लीत जहांगीर मरण पावून शहाजहान गादीवर आला. निजामशाहीत मलिक अंबर निधन पावला व त्याचा लाडला लडका फत्तेखान वजीर झाला. शहाजीराजांची पाठ थोपटणारा विजापूरचा आदिलशहा इब्राहिम निधन पावून त्याचा जात्यंध कडवा धर्मवेडा पुत्र महंमद तख्तावर बसला. पुढेमागे राजे शहाजी आपल्यावर शिरजोर होतील, अशी त्याने धास्ती घेतली. आदिलशाही दरबारातील या कुटिल, क्षुद्र राजकारणाचा शहाजीराजांना वीट आला.

याच वेळी मोगलांनी निजामशाहीवर स्वारी केली. निजामशहाने राजे शहाजींची मदत मागितली. शहाजीराजांप्रमाणे लखुजी जाधवरावसुद्धा निजामशहाला मिळाले. जावई–सासऱ्यांनी पूर्ववैर विसरून पराक्रमाची शर्थ केली आणि निजामशाही वाचवली. आदिलशहानेही मदतीचे आश्वासन दिले होते; पण आयत्या वेळेस त्याने दगा दिला.

या दगदगीतून थोडी उसंत काढून शहाजीराजे मुक्कामाला आले. जिजाबाईंनी नेहमीप्रमाणे त्यांची कानउघाडणी केली.

निजामशाही आणि आदिलशाही आतून पोखरून गेल्या असून आता त्यांचे केवळ डोलारेच उभे आहेत, हे पुरेपूर मनात ओळखून पुणे-सुप्याची आपली जहागीर एक स्वतंत्र मराठी राज्य म्हणून स्थापन करण्याचे शहाजीराजांनी ठरविले. काही स्वकीय वतनदारांना त्यांचे गुप्तपणे जासूदाकरवी निरोप गेले.

आदिलशहाला या गोष्टीचा सुगावा लागला व त्याने रायरावाकरवी पुणे उद्ध्वस्त करून टाकले. राजे शहाजींच्या मनात दडून बसलेला आणि जिजाऊंच्या मनात अत्यानंद देणारा युगप्रवर्तक 'डाव' उधळला गेला.

याच समयास जिजाऊ गरोदर राहिल्या. त्यांना कुठेतरी सुरक्षित स्थळी ठेवले पाहिजे, असा विचार शहाजीराजांच्या पुढे उभा राहिला आणि –

त्यांच्या समोर उभे राहिले ते एकनिष्ठ आप्त, शिवनेरीचे किल्लेदार विजयराव.

❋ ❋ ❋

"राणीसाहेब–"

"काय धनी?"

"थांबा. फार दौड मारलीत. आता अंमळ विश्रांती घ्या."

"आपणाला तशी आवश्यकता असेल तर–"

"पायपीट आम्हा शूरांच्या पाचवीलाच पुजलेली असते. आपण अवघडलेल्या आहात."

पाठीवर शत्रू होता प्रत्यक्ष सासरा लखुजीराव जाधव. त्यांचा पाठलाग चुकवत चुकवत शहाजीराजे जिजाऊराणीसह चालले होते. जिजाऊ गरोदर होत्या. वाटेत थांबून राजे एका भव्य किल्ल्याकडे बोट दाखवीत म्हणाले,

"राणीसाहेब, पाहिलात तो भव्य सुंदर किल्ला?"

"होय, तो शिवनेरी, सह्याद्रीच्या कुशीतला. एक सुरक्षित गड. पाहा त्याचे उंच उंच कडे. ते बुलंद बुरूज. ती भक्कम तटबंदी. तिथं शिवाई देवीचं मंदिर आहे. तिचं दर्शन घेण्याची आम्हाला उत्कंठा लागून राहिली आहे."

"घृष्णेश्वराच्या कृपेनं आपली इच्छा लवकरच पूर्ण होणार आहे." शहाजीराजे उत्तरले.

"म्हणजे?"

"तेथील किल्लेदार विजयराव आमचे आप्त आहेत. ते फार पराक्रमी आहेत. स्वामिनिष्ठ आहेत."

"मतलब?"

"आपणास त्यांच्या स्वाधीन करून पुढं जाण्याचा आमचा विचार आहे. आता धावपळ

उपयोगी नाही. शंभूमहादेवाच्या कृपेनं शिवनेरीची शिवाई आपली सुखरूप सुटका करील.''

शहाजीराजांचे अंतःकरण जड झाले. पण ते प्राप्त कर्तव्य विसरले नाहीत. त्यांनी जिजाऊंचा भार शिवाईवर टाकला. ते पुढे निघून गेले.

किल्लेदार विजयरावांनी मुलीच्या मायेने जिजाऊंना सांभाळले. कशाचीही उणीव भासू दिली नाही.

जिजाऊ नित्य शिवाईच्या दर्शनाला जात. तिला साकडे घालीत–

''आई जगदंबे, पार्वतीपरमेश्वरातली पार्वती तू. शिवाईमाते, शिवशंकरासारखा पराक्रमी पुत्र पोटी घाल माझ्या. वतनदार मराठा सरदार दौलतशाह्या रुजवीत आहेत. त्यात धन्यता मानीत आहेत. खोट्या प्रतिष्ठेसाठी आपापसात लढत आहेत. हकनाक प्राणाला मुकत आहेत. काय नशिबी आलं आमच्या दत्ताजीदादांच्या, संभाजीभावोजींच्या? धर्मक्षेत्री स्नानास गेलेल्या जाऊबाईंना पळवून नेण्यात आलं. दौलताबादच्या सुलतानाला बाबा मुजरा करीत असता, भर दरबारात लेकरासकट ते कपटानं कापले गेले. छे! छे! हे सुलतान नाहीत, सैतान आहेत. त्यांचे मुसलमान सरदार शूर नाहीत, क्रूर आहेत. भारत

२७

म्हणजे रघुराघवांचं रामराज्य. कृष्णकन्हैयाचं वृंदावन. इथं आमच्यावर जुलूम-जबरदस्तीनं राज्य करण्याचा या यवनांना काय अधिकार? माते, मला शौर्यशाली पुत्र प्रदान कर. तो दुष्टांचं पारिपत्य करो. तो रघुनंदनासारखा निर्धारी असो. नंदकुमारासारखा बुद्धिमान असो. त्यानं रयतेचं रक्षण करावं. मी त्याला तुझं नाव ठेवीन."

एके दिवशी असाच कौल लावून जिजाऊ राणीसाहेब बसल्या होत्या. कोणीतरी कानाशी कुजबुजत आहे, असे त्यांना वाटले, "आता उशीर नाही! आता उशीर नाही!"

जिजाऊंनी डोळे उघडून पाहिले. शिवाईने इष्ट कौल दिला होता. दोन दासींनी त्यांना अलगद उठविले. त्या म्हणत होत्या, "आज नऊ मास नऊ दिवस पूर्ण झाले. आता महालाबाहेर पडता येणार नाही. चला सावकाश."

दुसऱ्याच दिवशी शिवनेरीच्या नगारखान्यात मंगल सनया निनादल्या, चौघडे धडधडले, घरोघर साखर वाटली गेली. किल्लेदार विजयरावांनी शहाजीराजांच्याकडे स्वार धाडला. त्याला निरोप दिली की, "शिवाई पावली. जिजाऊ राणीसाहेब सुखरूप प्रसूत झाल्या. तेजस्वी पुत्ररत्नाची प्राप्ती झाली. शिवाईची कृपा म्हणून त्याचं नाव शिवाजी ठेवण्यात आलं–"

✹ ✹ ✹

शिवरायांची युद्धविद्येची तयारी कितपत झाली, हे पाहण्याचे ठरले. लालमहालाच्या भवानी मंडपात सर्व मंडळींना जिजाऊ मासाहेबांनी बोलावून घेतले. पंत दादोजींनी खुणावले. शिवरायांनी हाती फरीगदगा घेतला. अंगावर चार बालवीर धावून आले. विजेच्या चपळाईने पवित्रे बदलून शिवरायांनी त्यांना पराभूत केले. येसाजी कंक हाती ढाल-तलवार घेऊन उभे ठाकले. शिवरायांनी ढाल-तलवार हाती घेतली. दोघांची चांगलीच जुंपली. येसाजींचा वार चुकवून शिवरायांनी अचूक प्रतिकार केला. सर्वांनी तोंडात बोट घातले. मग बाजी पासलकराबरोबर त्यांनी उत्तम भालाफेक केली. सराव संपला. कौतुकाने शिवरायाची पाठ थोपटीत पंत दादोजी म्हणाले,

"शाब्बास शिवराय, या वयात ही तयारी तर–"

"पंत, हे केवळ आपल्या आशीर्वादाचं फळ. तुम्ही आमची काळजी वाहता म्हणून. पण–"

"पण काय, शिवराय?"

"आम्हाला खूप मोठं व्हायचंय. रामाप्रमाणे रावणाएवढा शत्रू मारायचाय. कृष्णाप्रमाणे कंसासारखे नरराक्षस ठेचायचेत. पांडवाप्रमाणे कौरवांसारख्याचे पारिपत्य करायचंय. पंत, आम्हाला हे जमेल का?"

"का नाही जमणार? अवश्य, अवश्य जमेल. आता मासाहेबांना मुजरा करा. त्यांच्या आशीर्वादानं आणि शहाजीराजांच्या पुण्याईनं तुमच्या मनातील इच्छा पूर्ण होतील."

शिवरायांनी मासाहेबांना मुजरा केला. मासाहेबांनी त्यांना जवळ घेतले. प्रेमभराने कुरवाळले. दाटल्या कंठाने त्या म्हणाल्या,

"शिवराय, आज आमची कूस धन्य झाली."

"मासाहेब, इतकं मोठंसं आम्ही काय केलं?"

"तुमची युद्धविद्येची तयारी पाहून आम्ही खूष झालो. इतकंच नव्हे तर कंस, रावणासारखे शत्रू आपल्याला मारायचे आहेत, याची जाणीव तुमच्या मनात आहे याचा आम्हास विशेष आनंद वाटला. आमचे तुम्हाला आशीर्वाद आहेत. पण–"

"पण काय, मासाहेब?"

"अघटित घडवायला देवमाणसांबरोबर देवांचेही आशीर्वाद पाठीशी लागतात, हे विसरू नका."

"मासाहेब, देव देवळात असतो; पण देवमाणसं कुठं असतात?"

"डोळस नजरेनं ती शोधावी लागतात. हे पंत दादोजी, हे येसाजी कंक, हे बाजी पासलकर हे माणसातले तुमचे देवच आहेत. त्यांना नमस्कार करा आणि आता शंभूमहादेवाचं दर्शन घ्या."

"मासाहेब, आपला उपदेश आम्ही विसरणार नाही. मित्रमंडळी रायरेश्वराच्या शंभूमहादेवाला जावं म्हणतात. आपली आज्ञा–"

"आजच्या शुभप्रसंगी सारे जणच जाऊन या."

कान्होजी जेधे, येसाजी कंक, बाजी पासलकर, पंत दादोजी, नऱ्हेकर मंडळी आणि शिवरायांचे सर्व सवंगडी जमले. त्यांनी रायरेश्वराचे प्रस्थान मांडले.

घनदाट रानातून त्यांनी मजल दरमजल केली. पक्ष्यांच्या किलबिलाटाच्या संगीतात वाटेत सानथोरांचे मुजरे त्यांनी स्वीकारले. मंडळी रायरेश्वराला आली. प्रसन्न मनाने आणि भक्तिभावाने शंभूमहादेवाच्या गाभाऱ्यात त्यांनी प्रवेश केला. सर्व जण अंमळ विश्रांतीसाठी म्हणून तेथे बसले. शिवराय तडक शंभूमहादेवाजवळ हात जोडून डोळे मिटून केव्हा बसले, हे कोणाच्याच ध्यानी आले नाही. सगळे त्यांच्याभोवती जमा झाले. साऱ्यांनी शांतपणे शंभूमहादेवाला नमस्कार केला. शिवरायांची ध्यानधारणा लवकर संपेना, याचे आश्चर्य वाटून सारे एकमेकांकडे पाहू लागले. डोळे उघडून शिवराय पंत दादोजींना म्हणाले,

"पंत–"

"बोला शिवराय."

"एक इच्छा बोलून दाखवू?"

"अवश्य. एवढा संकोच कशाचा?"

"चारी बाजूला परकी सत्ता ठाण मांडून बसल्या आहेत. उत्तरेत तर मोगल थैमान घालीत आहेत. त्यांनी टाकलेल्या वतनाच्या तुकड्यावर संतुष्ट राहून मर्द मराठी माणसं त्यांना निष्ठा दाखवीत आहेत, सुलतानी मर्जीवर नाचत आहेत, मर्जी फिरताच नष्ट होत आहेत. गायी मारल्या जात आहेत. मायभगिनींची बेइज्जत केली जात आहे. लूटमारीनं रयत जेरीस येत आहे. हे असं किती दिवस चालणार?"

शिवरायांचे हे कळकळीचे उद्गार ऐकून बालवीरच नव्हेत, तर वडील मंडळींच्या डोळ्यांत कारुण्याचे अश्रू तरळले. उपरण्याने डोळे टिपत पंत दादोजी म्हणाले,

"शिवराय, आपण वर्णिता त्याप्रमाणं सत्यस्थिती तर आहेच. पण यावर उपाय आहे का?"

"का नाही? आपण मनात आणू तर हिंदवी स्वराज्याची स्थापना करू. या भूमीवर श्रींचं राज्य निर्माण करू. त्यासाठीच आज आम्ही आपल्या सर्वांच्या साक्षीनं शपथ घेतो की–"

"शपथ?" सर्वांच्या तोंडून एकच उद्गार निघाला.

"होय शपथ." शिवराय निक्षून म्हणाले. "हिंदवी स्वराज्य स्थापन करणं, हेच एकमेव आमच्या जीवनाचं ध्येय."

'हर हर महादेव'च्या गजराने सारा गाभारा निनादून गेला. शिवरायांच्या शपथेला साऱ्यांनी साथ दिली. पंत उद्गारले,

''शिवराय, आम्ही तुमच्या पाठीशी आहोत. चिंता नसावी. थोरल्या महाराजांच्या मनातील सुप्त इच्छा या बालवयात आपण इथं बोलून दाखविलीत. त्यांचेही तुम्हाला आशीर्वाद आहेत, असं नि:शंक समजा.''

सर्वांनी हातांमध्ये बेल घेतला. शिवरायांनी महादेवाच्या पिंडीवर बेल वाहिला. आपल्या करांगुलीचे रक्त त्याला अर्पण केले. पुन्हा सर्वांनी 'हर हर महादेव'चा गजर केला आणि प्रत्येकाने शिवरायांची मनोकामना पूर्ण व्हावी, म्हणून पिंडीला बेल वाहिला.

मंदिरातून बाहेर पडताना सर्वांनी जयजयकार केला–

शिवाजी महाराज की जय!

हिंदवी स्वराज्य की जय!

''पंत–''

''बोला, मासाहेब–''

''आज पहाटे एक विचित्र स्वप्न पडलं.''

''विचित्र? सांगा तर खरं!''

''एक देवी आमच्या स्वप्नात आली. तिचा चेहरा चिंतातुर होता. म्हणाली–''

''काय म्हणाली?''

''विसरलीस मला? तुझी फार फार आठवण येते. पंत, बहुधा ती तोरणजाई असावी. जोपर्यंत आदिलशहाच्या–''

इतक्यात ''मासाहेब! मासाहेब!'' असे म्हणत शिवरायांनी प्रवेश केला. मासाहेबांना एक स्वप्न पडले होते. त्या आणि पंत त्यावर विचार करीत होते. शिवराय आले ते जणू स्वारीवर जाण्याच्या तयारीनेच. ते म्हणाले,

''मासाहेब?''

''काय हवं शिवराय?''

''आपली अनुज्ञा. कानद खोऱ्याच्या टेहळणीवर चाललो आहोत आम्ही.''

''बरोबर कोण कोण आहेत?''

''तानाजी मालुसरे, येसाजी कंक, शिवाय आमचे मर्द मावळे.''

''विजयी व्हा. चांगली टेहळणी करून या. योग्य वेळी तोरणजाईच्या दर्शनाला

आम्हाला जायचं आहे. इकडील काळजी करू नका. पंत आहेतच.''

शिवरायांनी जिजाऊ मासाहेबांचा आणि पंत दादोजींचा निरोप घेतला. त्यांनी कानद खोऱ्याकडे कूच केले. खोऱ्याचा रमणीय परिसर पाहून ते थक्कच झाले. इष्ट ठिकाणी पोहोचताच शिवराय म्हणाले,

''पाहा तो किल्ला आणि त्यावरील ते हिरवे आदिलशाही निशाण.''

सर्वांच्या नजरा त्या निशाणाला भिडल्या. शिवराय पुढे सांगू लागले, ''माझ्या हुशार हेर मावळ्यांनी माहिती आणली आहे.''

''काय आणली आहे शिवराय?'' येसाजी म्हणाले, ''सांगा. ती ऐकायला आमचे कान आतुर झाले आहेत.''

''किल्ला प्रचंड आहे, त्या मानानं बंदोबस्त कच्चा आहे. फौजफाटा नाममात्रच.''

''आदिलशहाचं इतकं दुर्लक्ष कसं या किल्ल्याकडं?'' तानाजीने शंका व्यक्त केली.''

''त्याला वाटतं कोण जातो या किल्ल्याच्या वाट्याला. पण मावळमर्दांनो, झुंझारमाची प्रथम गाठायची. रस्ता मोठा बिकट आहे, इकडे कडा तिकडे दरी. जपून जायचं.''

शिवरायांनी सूचना केल्या. ''तानाजी, फत्ते होताच तुम्ही दरवाजावर निशाण लावा. येसाजी, तुम्ही चौक्या पहारे बसवा. समजलं! आता तोरणजाईचं स्मरण करा आणि मनात म्हणा– हर हर महादेव!''

मर्दाच्या छातीने व चित्त्याच्या चपळाईने मावळे सरसर गडावर चढले. गडावरचे लोक चकित झाले. घाबरून गेले.

शिवरायांनी किल्ला ताब्यात घेतला. येसाजींनी चौक्या पहारे बसवले. तानाजीने मराठ्यांचा झेंडा फडकविला.

शिवरायांनी तोरणा जिंकून स्वराज्याचे सोनेरी तोरण बांधले. ते तोरणजाईच्या दर्शनाला गेले. हात जोडून ते म्हणाले,

"माते, प्रसन्न हो. तू स्वतंत्र झालीस. मासाहेब आता तुझ्या दर्शनाला येतील. हिंदवी स्वराज्य स्थापन करण्याची मी शपथ घेतली आहे. ती पार पाडण्याचं सामर्थ्य मला दे."

शिवरायांनी किल्ल्याची तटबंदी बांधण्याचे काम सुरू केले. गडाच्या रक्षणार्थ निवडक मावळ्यांचे सैन्य ठेवून ते पुण्यास निघाले. मासाहेबांचे केव्हा एकदा दर्शन घडेल असे त्यांना झाले होते.

शिवरायांच्या पराक्रमाने जिजाऊ मासाहेबांना आनंद झाला. त्यांनी तोरणजाईचा प्रसाद ग्रहण केला. दोन दिवस लाल महालाला महोत्सवाचे स्वरूप आले होते. गरिबांना

अन्नदान, वस्त्रदान करण्यात आले.

असेच चार दिवस निघून गेले. मासाहेबांना भेटण्यासाठी तोरण्याहून काही मावळे आले. तेथे शिवराय होतेच. ते म्हणाले,

"का आलात बाबांनो? काही गडबड नाही ना?"

"तटबंदी दुरुस्त करताना खणू लागलो, तो चार रांजण मिळाले. आपल्या पायी रुजू करण्यासाठी ते आणले आहेत."

रांजण उघडण्यात आले. ते सुवर्णमुद्रांनी अगदी काठोकाठ भरले होते. मासाहेब उद्गारल्या,

"तोरणजाईची कृपा! शिवाईची कृपा! भवानीची कृपा! पंत, हिंदवी स्वराज्यस्थापनेचे पाहिलंत हे शुभचिन्ह! लालमहालावर जरीपटका फडकवा. आजपासून आपण स्वतंत्र झालो आणि हे पाहा पंत, शिवरायांनी तोरणा घेतला हे काम साधं नव्हे, प्रचंड आहे. तोरण्याचं नाव प्रचंडगड ठेवा."

पंतांनी जिजाऊ मासाहेबांची आज्ञा शिरसावंद्य मानली.

✺ ✺ ✺

सदरेवर शिवराय येरझाऱ्या घालीत होते. ते विचारात मग्न होते. मनाचा काही निश्चय करीत होते. जिजाऊमासाहेब कान्होजी जेध्यांसह पाठीमागून केव्हा आल्या, ते शिवरायांना समजले नाही. मासाहेबांच्या हाकेने शिवरायांची समाधी भंग पावली. त्या म्हणाल्या,

"राजे, आज फारच काळजीत दिसता?"

"होय मासाहेब, काय न्याय आहे पाहा. ज्याचं करायला जावं भलं, तो म्हणतो आपलंच खरं!"

"असं विलक्षण काय बरं घडलं?" मासाहेबांनी विचारले.

"ते जावळीचे चंद्रराव मोरे–"

"हो, त्यांचं काय? त्यांना तुम्हीच तर दत्तक घालून गादीवर बसवलंत. त्यांची खंडणी येते ना वेळेवर?"

"ते आता या कान्होजींनाच विचारा."

"मासाहेब," कान्होजी सांगू लागले. "मोरे मस्तीला आले आहेत. खंडणी देत नाहीतच. उलट विचारतात–"

"काय विचारतात?" मासाहेबांच्या रागाचा पारा चढला. "सांगा सांगा, कान्होजी."

"म्हणतात की हे शिवाजी राजे कोण? राजे आम्ही. आम्हास छत्रचामरं आदिलशहाच्या कृपेनं मिळाली... चंद्रराव किताब मिळाला."

"आणि मासाहेब," शिवराय मध्येच म्हणाले, "इतकं करूनही आम्ही त्यांची गय केली असती; पण ते स्वराज्यात वाटमारी करीत आहेत. आदिलशहाच्या बाजी शामरावाला त्यांनी आमच्याविरुद्ध मदत केली. पंचवीस मावळे त्यामुळे आम्ही गमावले. त्यांना वाटतं कोण येतो या जावळीच्या जंगलात?"

"पण ते विसरतात." मासाहेब करारी मुद्रेने म्हणाल्या. "ज्या गावच्या बाभळी त्याच गावच्या बोरी. राजे, पडेल ती किंमत देऊन हे विष, हा अस्तनीतला अंगार विझवून टाका. जावळी स्वराज्याला लागून आहे. जावळीशिवाय स्वराज्य सुरक्षित नाही. स्वकीयांची गय म्हणजे काखेतलं दुखणं. ते हृदयापर्यंत केव्हा पोहोचेल, याचा नेम नाही. राजे, एक ध्यानात ठेवा–"

"सांगा, मासाहेब," शिवराय अधीरतेने म्हणाले. "आम्ही आपल्या आज्ञेबाहेर नाही."

"रोगात जसा महारोग तसा लोभात वतनलोभ. सर्व पापांचं मूळ वसतिस्थान." मासाहेबांच्या बोलण्याला धार चढली. "सामदामदंडानं मोरे वठणीला आले नाहीत तर–"

"आम्ही अवश्य एक घाव दोन तुकडे करू. मात्र मलमानं डोकेदुखी थांबेल; पण

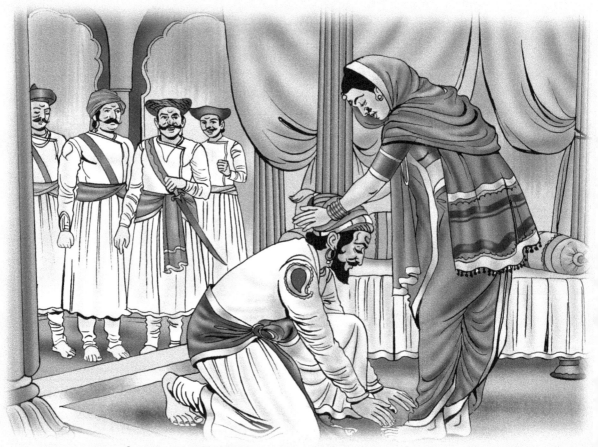

आवाळू झालं तर ते कापावंच लागतं आणि हाच सल्ला आपणापाशी कसा मागावा याच काळजीत आम्ही होतो. आता चिंतामुक्त झालो.''

जिजाऊ मासाहेबांचा आशीर्वाद घेऊन शिवरायांनी 'येतो आहोत! होशियार!' असा निरोप मोऱ्यांना धाडला. त्यांचे उत्तर आले, 'जरी येणे तरी याच.'

मातब्बर सरदार कान्होजी जेधे, हैबतराव सिलिमकर, संभाजी कावजी आणि दोन हजारांचे घोडदळ घेऊन शिवरायांनी चहूबाजूंनी जावळी घेरली. रघुनाथपंतांनी हजार पायदळाच्या साहाय्याने मोऱ्यांची बाहेरून येणारी रसद तोडली.

जावळीत महिनाभर भयंकर रणकंदन झाले. मोऱ्यांचे सैन्य मोठ्या संख्येने कापले गेले. चंद्रराव पळाले आणि रायरीच्या आश्रयाला गेले. शिवरायांनी रायरीस वेढा दिला. चंद्ररावाने रायरी प्राणपणानं दोन महिने लढविली; पण अखेर देशभक्तांपुढे देशद्रोह्यांचा निभाव लागला नाही. चंद्रराव मारले गेले. त्यांचा दुष्टबुद्धी कारभारी हणमंतरावही कामास आला.

जावळीचा बंदोबस्त करून शिवराय परत आले. या विजयाची बातमी जिजाऊ मासाहेबांना आगाऊच समजली होती. त्या शिवरायांना आशीर्वाद देण्यासाठी उत्कंठेने

गडावर वाट पाहत होत्या.

विजयी वीराप्रमाणे आपल्या वीर पथकासह शिवराय मुक्कामाला आले. मासाहेबांचे त्यांनी पाय धरले. मासाहेबांनी 'विजयी व्हा! औक्षवंत व्हा!' असा आशीर्वाद देत शिवरायांना उठविले. त्याचा चेहरा न्याहाळून त्या म्हणाल्या,

"राजे, या आनंदाच्या प्रसंगी डोळ्यांत आसू?"

"मासाहेब," सद्गदित कंठाने शिवराय म्हणाले, "काय सांगू? ऊनपावसाप्रमाणं आमचं मन सुखदुःखानं भरून गेलं आहे."

"याचं कारण?" मासाहेबांनी विचारले.

"मासाहेब, एक एक मावळा आम्ही मोठ्या मोलाचा मानतो. आमचे काही मावळे मारले गेले. चंद्ररावाचे कामास आलेले असंख्य सैनिक मराठेच होते. चंद्रराव हितबुद्धीनं वागते, तर ही माणसं स्वराज्याच्या सेवेत रुजू झाली असती."

"राजे, दुःखी जरूर व्हा. पण त्यात बुडून जाऊ नका." मासाहेबांनी शिवरायांना जाण दिली.

"हो. पण मासाहेब, आमच्या विशेष आनंदाचं कारण सांगायचं राहून गेलं."

"बोला. बोला," सारे जिवाचे कान करून ऐकू लागले. शिवराय सांगू लागले,

"याच मातीत रुळलेल्या कडव्या मावळ्यांना रायरी घेण्यासाठी दोन महिने झगडावं लागलं. परक्या शत्रूला रायरी वर्षानुवर्षं दाद देणार नाही. राजधानीला असं सुरक्षित ठिकाण आपल्या स्वराज्यात दुसरं आढळणार नाही."

रायरीचे नाव रायगड ठेवण्यात आले.

रायगडला हिंदवी स्वराज्याच्या राजधानीचा मान मिळाला.

अशा प्रकारे जावळी जयवल्ली ठरली.

❋ ❋ ❋

जिजाऊमासाहेबांनी यथासांग पूजाअर्चा आटोपली. त्या सदरेवर आल्या. सर्वांची त्यांनी विचारपूस केली. कुणी त्यांचा कौटुंबिक सल्ला घेतला, कुणी धार्मिक शंका विचारली, कुणी वतनविषयक मामले सांगितले. सर्वांना त्यांनी धीराच्या गोष्टी सांगितल्या.

मंडळी गेली, तशा त्या चिंतातुर झाल्या. पुरंदरावर निरोप पाठवून चार दिवस झाले होते, तरी शिवराय आले नाहीत. पंख फुटलेल्या गरुडाप्रमाणे ते राजकारणाच्या

आकाशात भरारी घेत होते. सध्या शिवराय मोठ्या आर्थिक अडचणीत असल्याचे मासाहेबांच्या कानी आले. त्यांनी देवीला कौल लावला होता आणि तिने तो दिलाही होता. म्हणून शिवरायांच्या भेटीची आतुरता त्यांना लागून राहिली होती.

इतक्यात वर्दी आली की, शिवराय आले आहेत. वर्दीपाठोपाठ ते हजरच झाले. मासाहेबांचे त्यांनी पाय शिवले आणि 'औक्षवंत व्हा' असा त्यांना आशीर्वाद मिळाला.

सदरेवरून दोघे महालात गेले. मासाहेब म्हणाल्या–

"राजे, आमची नव्हे निदान रायगडची तरी आठवण राहावी. असलं कसलं राजकारण चालू आहे?"

"क्षमा करा मासाहेब. आपली स्मृती ही आमच्या जीवनाची जागती ज्योत आहे. कृपा करून गैरसमज–"

"जाऊ द्या, राजे. समजलं की, आपण द्रव्याच्या मोठ्या अडचणीत आहात. देवीला कौल लावला आणि राजे, तिनं कौल दिला."

"कधी दिला?"

"थेरवा दिवशी सकाळी."

"मोठा मंगल दिवस."

"ते सांगण्यासाठीच तर निरोप धाडला."

"थोडी स्थिरता लावण्यात दोन दिवस गेले. मोकळीक मिळाली आणि तडक आपल्या

४०

पायापाशी आलो.''

''द्रव्यांच्या काळजीतून मुक्त झालात का?''

''श्रींचं राज्य. श्रींना काळजी. श्रींनीच आम्हाला चिंतामुक्त केलं. आपणाला कौल मिळाला, त्याच थेरवाच्या सकाळचीच गोष्ट.''

''म्हणजे काय घडले?''

''मासाहेब, पुरंदराची किल्लेदारी आम्ही मुरारबाजींना दिली. मामा मोहित्यांपासून सुपं घेतलं. व्याप वाढला. घोडे खरीदायला हवेत. पागा बांधायला हव्यात. लष्कर वाढवायला हवं. किल्ल्यांची तटबंदी भक्कम करायला हवी. पण काय सांगू, मासाहेब?''

''काय झालं राजे?''

''खजिन्यात पैकाच नाही.''

इतक्यात एक पहारेकरी आत आला. त्याने आबाजी सोनदेव काही मोलाचा माल घेऊन सदरेच्याच दिशेने येत असल्याची वर्दी शिवरायांना दिली. जिजाऊ मासाहेब व शिवराय सदरेवर आले. शिवराय सांगू लागले,

''मासाहेब, द्रव्याच्या अडचणीच्या वेळी आम्ही मनोमन शंभूमहादेवाला म्हटलं, 'राज्य तुझं. कर्ता करविता तू. राज्याच्या संकटाची काळजी तुला.' आणि मासाहेब, ज्या दिवशी ज्या वेळेला आपणास भवानीनं कौल दिला, त्याच दिवशी त्याच वेळेला बहिर्जीनी बातमी आणली की, कल्याणचा सुभेदार खजिना घेऊन विजापुरी बंदोबस्तानं निघाला आहे. तो काबीज करण्यासाठी आम्ही निघणार इतक्यात आपला तातडीचा निरोप आला आणि मुरारबाजी म्हणाले–''

''काय म्हणाले मुरारबाजी?''

''ते म्हणाले की, महाराज, आपण मासाहेबांकडे रायगडी चला. आमचा नायब किल्लेदार आबाजी सोनदेव ही कामगिरी पार पाडील. आबाजींनीही ही संधी द्यावी म्हणून अर्जी केली.''

''धन्य धन्य. मुरारबाजींच्या आणि आबाजींच्या स्वामिनिष्ठेची.'' नकळत मासाहेबांच्या तोंडून उद्‌गार निघाले.

''आणि तीच लूट घेऊन, मासाहेब आता आबाजी आलेले दिसतात.''

दहा अवजड पेटाऱ्यांसह आबाजींचे पराक्रमी पथक शिवरायांसमोर येऊन उभे राहिले. शिवराय पुढे झाले. त्यांनी आबाजींना आलिंगन देऊन त्यांची पाठ थोपटली. आबाजी म्हणाले,

''महाराज, एकेक मोलाची चीजवस्तू पाहून थक्क व्हाल.''

नऊ पेटारे उघडण्यात आले.

शिवरायांसमोर हिरे, माणके, मोती, मोहरा, उंची वस्त्रे, चांदी, सोन्याचे जिन्नस यांचा ढीग पडला. जिजाऊ मासाहेबांना धन्यता वाटली. दहावा पेटारा तसाच राहिलेला पाहून मासाहेब म्हणाल्या,

''आबाजी, दहावा पेटारा उघडला नाहीत?''

''त्यात शिवरायांसाठी एक अनमोल रत्न आहे. ते शिवरायांना नजर करताना मला अत्यानंद होत आहे.''

दहावा पेटारा उघडला गेला... त्यातून स्वर्गीय अप्सरेप्रमाणे रूपसंपन्न असलेली कल्याणच्या सुभेदाराची सून बाहेर आली. आबाजींनी तिला सदरेवर शिवरायांसमोर उभे केले. घाबरत घाबरत त्या युवतीने आपला घुंघट थोडा खाली ओढला.

सर्व आश्चर्यचकित झाले. थोडा वेळ कोणीच काही बोलले नाहीत. शिवरायांच्या तोंडून उद्गार गेले, ''अप्रतिम लावण्य! आजपावेतो पाहिलं नाही. रंभा–उर्वशी तरी याहून निराळ्या काय असतील?'' त्यांनी तिला विनंती केली,

''मुखचंद्राचं दर्शन घडेल का?''

शिवरायांचे हे शब्द मासाहेबांना ऐकवेनात. त्या क्रुद्ध झाल्या. त्यांच्या तळपायाची आग मस्तकाला भिडली. आपल्या हातांनी त्या यवनयुवतीने आपला घुंघट थोडा मागे घेतला. तिच्या नेत्रांतून अश्रुधारा वाहात होत्या. ऊर धडधडत होते. देह थरथरत होता.

''वा! वा! आबाजी,'' शिवराय नकळत उद्गारले. ''परमेश्वरानं मूर्तिमंत सौंदर्याचा नमुना आज आमच्यासमोर उभा केला. आबाजी, एका प्रश्नाचं उत्तर मिळेल?''

''जरूर जरूर!'' आबाजी खुशीत येऊन उत्तरले.

''आबाजी–''

''राजे!'' जिजाऊंनी इशारा दिला. शिवरायांचे कशाकडे लक्षच नव्हते. ऐकले न ऐकल्यासारखे करून ते पुढे बोलू लागले,

''सांगा, आबाजी, आम्ही सुंदर का नाही?''

आबाजी गोंधळून गेले. त्यांना प्रश्न विचित्र वाटला. शिवराय गरजले,

''आबाजी, उत्तर हवंय आम्हाला!''

आबाजी घाबरले. वेळ मारून नेण्यासाठी ते काहीतरी उत्तरले,

''महाराज, कोण म्हणतो आपण सुंदर नाही?''

"आम्ही म्हणतो आबाजी आणि तेच म्हणतो. ऐका–" चित्रासारखे तटस्थ राहून सारे ऐकू लागले. शिवराय म्हणाले,

"आमच्या मातोश्री आमच्या या भगिनीप्रमाणे सुंदर नाहीत, म्हणून आम्ही सुंदर नाही."

"राजे!" मासाहेबांना धन्यता वाटली.

शिवरायांनी एकदम मागे वळून 'मासाहेब' असे म्हणून मासाहेबांचे चरणकमल धरले. त्या यवनीने 'भाईसाब' म्हणून शिवरायांचे पाय पकडले.

जिजाऊमासाहेबांनी लगबगीने त्या यावनीस प्रेमभराने जवळ घेतले.

शिवरायांनी सौभाग्यलेण्यांसह त्या यवनयुवतीची पाठवणी करण्याचा हुकूम दिला. नंतर त्यांची दृष्टी आबाजी सोनदेव यांच्याकडे गेली. आबाजी भयग्रस्त झाले होते. आपल्या वाट्याला आता कठोर शिक्षा येणार, याची त्यांना खात्री होती. कारण अहेतुक का होईना शीलवंत शिवरायांचा त्यांच्या हातून अपमान झाला होता. आबाजींची ही अगतिक मनःस्थिती पाहून जिजाऊमासाहेब त्यांच्या मदतीला आल्या. त्या म्हणाल्या,

"राजांच्या हुकमाची तामिली त्वरित करा. चला, सुभेदारांच्या सूनबाईला सुरक्षितपणे विजापुरी धाडा. व्हा पुढे. पाहता काय?"

"होय, मासाहेब." असे म्हणत आबाजी जाता जाता शिवरायांना अदबीने म्हणाले,

"महाराज, क्षमा असावी. अशी चूक पुन्हा होणार नाही."

❈ ❈ ❈

जिजाऊ मासाहेब आपल्या महालात सचिंत बसल्या होत्या. त्यांच्या एक दोन सख्या त्यांच्याजवळ होत्या. कोणी कोणाशी बोलत नव्हते. इतक्यात शिवाजीराजे आपल्या दोन सरदारांसह तेथे आले. मासाहेबांना त्रिवार मुजरा करून राजे म्हणाले,

"मासाहेब–"

मासाहेब काहीच बोलल्या नाहीत. त्यांचे डोळे आसवांनी डबडबले होते. खिन्नपणाने खाली मान घालून त्या बसल्या होत्या. राजे जवळ जाऊन मासाहेबांच्या गुडघ्याला हात लावून म्हणाले,

"मासाहेब, अत्यंत बुरी खबर आमच्या कानी आली आहे. थोरले महाराज कैद झालेत. मुस्तफाखानानं कपटानं रात्रीच्या वेळी त्यांच्या छावणीवर हल्ला केला."

"आणि बाजी घोरपड्यांनी–" मासाहेब मान वर करून उत्तरल्या. "त्यांच्या जिवावरच

बेतविलं होतं. आमचं सौभाग्य बळकट म्हणून-"

"पण मासाहेब, आपणास कसं ठाऊक?"

"आपल्या हेरांनी आपणास बातमी दिली. त्यावेळी आणखीन एक हेर आम्हाला वर्दी देण्यासाठी आला. राजे, आजपर्यंत आम्ही तुम्हाला खूप धीराच्या गोष्टी सांगितल्या आहेत; पण आज मात्र आमचाच धीर सुटला आहे. माणसावर असा प्रसंग येतो, तेव्हा त्याची मती गुंग होते, हेच खरं."

"पण मासाहेब, या वेळी आम्ही आमचं मन घट्ट केलं आहे. प्रसंग बाका आहे. संकटं आली, म्हणजे सगळीकडूनच येतात."

"राजे, आपल्या बोलण्याचा अर्थ- ?"

"थोरल्या महाराजांना कैद करून विजापुरात आणलं जात आहे. फरादखान दादासाहेबांच्यावर चाल करून जात आहे आणि आमच्यावर फत्तेखान मोठ्या फौजेनिशी येत आहे, अशा क्षणी आपल्या केवळ आशीर्वादाची आम्हास गरज आहे."

"मग राजे, काय करण्याचा तुमचा विचार आहे?"

"आपण राजगडी राहून कारभार सांभाळा. आम्ही पुरंदरावर जातो. पुरंदरचे किल्लेदार महादजी निळकंठराव आम्हाला गडावर घेतील, अशी उमेद आहे. आम्ही तेथून किल्ला लढवू."

प्राप्त परिस्थितीत जिजाऊमासाहेबांनी शिवाजीराजांना आशीर्वाद दिला. निवडक

हजार-बाराशे फौजेनिशी राजे पुरंदरकडे कूच झाले. पुरंदरचा किल्लेदार विजापूरकरांचा आश्रित असला, तरी शहाजीराजांचा एकनिष्ठ मित्र असल्याने त्याने शिवाजीराजांना गडावर घेतले, फत्तेखान पुरंदरच्या पायथ्याला आला. त्याने पुरंदरला वेढा दिला. त्याचे सैन्य चढण चढू लागले. गडावरून गोफणगुंडे, शिळा, बाण यांचा मारा सुरू झाला. गडावरील या प्रतिकाराने शत्रुसैन्याची भयंकर हानी झाली. मग शिवाजीराजे आपल्या हजार-बाराशे फौजेनिशी गडावरून उतरून फत्तेखानावर तुटून पडले. खानाला पळता भुई थोडी झाली.

ही विजयाची वार्ता घेऊन शिवबा राजगडाला चालले. वाटेत शंभूराजांनी फरादखानाचा पराभव केल्याची शुभवार्ता त्यांना जासुदाकरवी समजली.

जिजाऊमासाहेबांच्या दर्शनाला शिवाजीराजे आले. आनंदातिशयाने ते म्हणाले,

"मासाहेब, फत्ते झाली. आम्ही फत्तेखानास पिटाळून लावले आणि तिकडे दादासाहेबांनी फरादखानास पराश्त केले."

"राजे, तुमचा विजय मोलाचा तर खराच, पण त्यामुळे आगीत तेल तर पडणार नाही ना?"

"म्हणजे?"

"आदिलशहा अधिक चिडून जाईल आणि महाराज अधिक धोक्यात येतील."

"मासाहेब, तेही खरंच!"

मासाहेबांनी शिवाजीराजांना निरोप दिला. शहाजीराजांच्या कैदेची चिंता साऱ्यांनाच लागून राहिली होती.

शिवाजीराजे आपल्या महालात आले. विजयी होऊन आलेल्या शिवाजी राजांचे थोडे मनोरंजन व्हावे, म्हणून सईबाईंनी बुद्धिबळाचा पट मांडला. डाव देण्याघेण्याकडे राजांचे लक्षच नव्हते. राजांना चाल सुचत नाही, असे पाहून सईबाई उद्गारल्या,

"एक चाल सुचवू का?"

"अवश्य!"

"अहो, तुमच्या उंटाने अशी तिरकी चाल दिली, की सरळ आमच्या राजालाच शह बसतो आहे."

"तिरकी चाल आणि राजाला शह" एवढेच सईबाईंचे शब्द शिवाजीराजांच्या मनात घुमले. खेळ थांबवून शिवाजीराजे म्हणाले,

"शाब्बास सई, तू माझी गुरू झालीस."

"मी हो काय केलं?"

"मला मोलाचा सल्ला दिसला."

"तो कसला बाई?"

"तिरक्या चालीनं राजाला शह देणं."

शिवाजीराजांच्या डोक्यात एक विलक्षण कल्पना चमकून गेली. गुजरातच्या दिल्लीश्वराच्या सुभेदाराला–मुरादबक्षाला–त्यांनी एक अर्जी लिहिली,

'आम्ही आणि आमचे वडील, आमचा योग्य मान राखला गेल्यास आपल्या पदरी राहण्यास उत्सुक आहोत. या भागातील आमचा व आमच्या पिताजींचा दरारा आणि पराक्रम आपण जाणता. पण तूर्त आम्ही एका अडचणीत सापडलो आहोत. विजापूरच्या आदिलशहाने आमच्या वडिलांना कपटाने नजरकैदेत ठेवले आहे. त्यांची सुटका होण्याची आवश्यकता आहे.'

शिवाजीराजांची ती अर्जी गुजरातच्या सुभेदाराच्या पडताच, त्याचा आनंद गगनात मावेनासा झाला. त्याने ती अर्जी दिल्लीश्वराकडे त्वरित रवाना केली.

दिल्लीश्वरांचे टपाल आदिलशहाच्या दरबारात विनाविलंब येऊन थडकले. त्यात होते की, मुकाट्याने शहाजीराजांची मुक्तता करा ना पेक्षा परिणामास तयार राहा.

या खलित्याने विजापूरचा आदिलशहा इतका धास्तावला की, त्याने त्वरित शहाजीराजांची मुक्तता केली. मात्र त्याने परत त्यांची रवानगी बंगळूरकडे न करता विजापुरातच त्यांना ठेवून घेतले.

विलक्षण मुत्सद्देगिरीने शहाजीराजांच्या प्राणावर आलेले संकट शिवाजीराजांनी दूर केले. जिजाऊमासाहेबांना त्यांनी ही बातमी सांगताच त्या उद्गारल्या,

"राजे, धोका टळला आहे. पण पूर्णांशानं आपण संकटमुक्त झालो, असं मात्र समजू नका. तुमच्या हालचालीवर आदिलशहा सख्त नजर ठेवील आणि पुन्हा महाराजांना पकडण्यासाठी त्याला फार सायास पडणार नाहीत. त्यांच्यावर लांबून अफजलखानाची नजर असल्याचे ऐकतो. बाकी–"

"बाकी काय मासाहेब? अशा थांबलात का?"

"महाराजांबरोबर मुसलमानांनी धरलेलं वैर आम्ही एक वेळ समजू शकतो; पण तो बाजी घोरपडे! आमच्याच भोसले घराण्यातला. याच्या दगाबाजीची फार चीड येते आम्हाला."

"बाजी घोरपडे!"

दातओठ खात शिवाजीराजांनी क्रोधाचा आवढा गिळला. "वेळ येताच आम्ही बाजींनाही पाहून घेऊ." एवढेच ते उद्गारले.

शिवाजीराजे आपल्या महालाकडे निघून गेले.

आपल्या सवालाचा जबाब मिळाला नाही, म्हणून बडीसाहिबा पुन्हा गरजली, “आदिलशाही दरबार आहे हा! बोला, गप्प का? त्या मरगठ्ठ्या शिवाजीचा बंदोबस्त कोण करणार? त्यानं आपले किल्ले घेतले, मुलुख घेतला, कोकण घशाखाली घातला. भोसले–सावंतांना फितवलं. शिवाजीची आपण गय करू, तर एक दिवस विजापूरही गमावून बसू. बोला, ही जबाबदारी कोण शिरावर घेणार? मला जबाब मिळाल्याशिवाय हा दरबार मी बरखास्त करणार नाही.”

सारे दाढीवाले सरदार माना खाली घालून होते. शिवरायांच्या वाटेला जायला ते तयार नव्हते. इतक्यात आकाशातून वीज चमकली, तसा एक धिप्पाड सरदार उभा राहिला. साऱ्यांच्या चेहऱ्यांवर आश्चर्याने भरलेले समाधान दिसले. बडीसाहिबाच्या मुखावर स्मित हास्य विलसले. तो प्रचंड सरदार पुढे झाला. तबकातला पैजेचा विडा त्याने उचलला. सर्वांवर नजर फिरवीत घोगऱ्या आवाजात तो म्हणाला,

“हा खान अफझल ही कामगिरी अंगावर घ्यायला तयार आहे. शिवाजी तो काय डोंगरातला उंदीर! त्याचं एवढं कसलं स्तोम! मी त्याला पकडून दरबारात हजर करीन. जिवंत नाहीतर–”

दरबारातील प्रत्येकाला वाटले; आता त्या शिवाजीची धडगत नाही.

प्रचंड फौजेनिशी खान शिवरायांच्या बंदोबस्तासाठी निघाला.

शिवरायांच्या हुशार हेरांनी बित्तंबातमी आणून दिली. शिवराय पुरे सावध झाले. राजगड सोडून त्यांनी प्रतापगड गाठला. तिथे येणे खानाला अवघड. आलाच तर शिवरायांना प्रतिकार करणे सोपे.

शिवरायांना मैदानावर खेचण्यासाठी खानाने युक्ती लढविली. त्याने देवदेवळे उद्ध्वस्त करायला सुरवात केली. तो रयतेला लुटू लागला.

तरी शिवराय प्रतापगड सोडीनात. खानाने नवी युक्ती काढली. शिवरायांचे मेहुणे नाईक निंबाळकर यांस त्याने गिरफतार केले. शिवरायांनी तोडीस तोड लढविली. त्यांनी नाईकजी पांढऱ्यांकडून साठ हजारांवर बजाजींची सुटका करवून घेतली.

आपल्या जबरदस्त सैन्यानिशी खानाने वाईजवळ तळ ठोकला. त्याच्या सैन्यात मुसलमानांबरोबर मंबाजी भोसले, खराटे, घोरपडे, यादव यांसारखे मराठे सरदार होते. कोणी भीतीने, कोणी वतनापोटी वचकून राहिलेले होते. त्यात खंडोजी खोपड्यांची व मसूरच्या जगदाळ्यांची भर पडली. कान्होजी जेधे खानाला बधले नाहीत. स्वराज्याचे इमान विसरले नाहीत.

"आता शिवाजीवर हल्ला कसा चढवायचा?" खान पेचात पडला. त्याने विलक्षण

युक्ती शोधून काढली. शिवरायांच्या पुढे त्याने प्रस्ताव ठेवला,

"राजे शहाजी आमचे मित्र. त्यांचे तुम्ही पुत्र. आम्हांस भेटायला या. आमचे किल्ले परत करा. आम्ही त्यात भर घालून आदिलशहाकडून तुम्हांस मनसफदारी देववितो."

शिवराय कच्च्या गुरूचा चेला नव्हते. त्यांना खानाचा कपटी डाव ओळखला. त्यांनी त्याला उत्तर दिले,

'आपली बहुत मेहेरबानी. अपराध्यास क्षमा असावी. आपणच प्रतापगडाखाली भेटीस यावे. तिकडे येण्याची भीती वाटते.'

खान खूष झाला. मनात म्हणाला, 'हा डरपोक, मजशी कसला लढतो. जाऊन भेटतो. भेटीत चिरडून टाकतो.'

भेटीची जागा ठरली. दिवस ठरला. वेळ ठरली. सोबत एक सेवक आणि थोडे दूरवर दहा अंगरक्षक ठेवायचे, असेही ठरले.

तो दिवस उजाडला. ती वेळ येऊन ठेपली. अधीर खान आधीच शामियान्यात जाऊन बसला.

शिवराय चालले. त्यांनी सर्वत्र कडेकोट बंदोबस्त ठेवला होता. जंगलात कडव्या मावळ्यांची फौज पेरली होती. हातात पट्टा, अस्तनीत बिचवा, डोक्यावर जिरेटोप, अंगात चिलखत असा त्यांनी पेहराव केला होता. काही सल्लागारांनी खानाच्या भेटीस जाऊ नये,

असे सुचविले. शिवरायांनी मानले नाही. भवानीचे दर्शन घेतले. मनात प्रार्थना केली. थोरल्या महाराजांना याने कारस्थानाने अटक केली. कनकगिरीच्या लढ्यात शंभूदादांना या दगाबाजाने मारले. या धर्मशत्रूनं देवदेवळं उद्ध्वस्त केली. या निर्दय सैतानानं रयतेला लुटलं. या नरराक्षसानं मायभगिनींची अब्रू घेतली. माते, आज मला बळ दे! बळ दे! बळ दे!

शिवराय शामियान्याजवळ आले. सय्यद बंडास पाहताच ते थबकले. खानाने सय्यदला बाहेर घालविले. खान म्हणाला,

"राजे, या. या भेटा आम्हाला."

शिवराय भेटले. कपटी खानाने त्यांची मान बगलेत दाबली. कुशीत कट्यारीचा वार गेला. पण चिलखतापुढे हा वार वाया गेला. केवळ अंगरखा फाटला. सिंहाच्या छाव्याने उन्मत्त हत्तीची मस्ती ओळखली. अस्तनीचा बिचवा पोटात घुसला. कोथळा बाहेर आला. "दगा! दगा!" खान ओरडला आणि अखेर कोसळला.

खानाचा वकील कृष्णाजी भास्कर चालून आला. शिवरायांनी त्याचा निकाल लावला. गडबड ऐकून सय्यद बंडा आत घुसला. त्याने शिवरायांवर वार केला. जिवा महाल्याने वरचेवर उसळी मारून त्याचा हात कलम केला व आणखी एका वाराने त्याला यमसदनाला पाठविले.

इशारा होताच मराठे खानाच्या बेसावध सैन्यावर तुटून पडले. शत्रूला पळता भुई थोडी झाली.

स्वराज्यात स्वातंत्र्याचे वारे संचारले.

विजापूरला धरणीकंपाचा धक्का बसला.

❈ ❈ ❈

आकाश ढगांनी व्यापले होते. पाऊस धो धो पडत होता. पाऊस कमी होण्याची चिन्हे दिसत नव्हती. शिवराय सदरेवर येरझाऱ्या घालीत होते. त्यांची मुद्रा गंभीर दिसत होती. बाहेरच्या जगाचा जणू त्यांना विसर पडला होता. आत्मचिंतनात ते गर्क झाले होते. इतक्यात त्र्यंबकपंत किल्लेदार बाजी प्रभूंसह आल्याची त्यांना वर्दी मिळाली. दोघे आत आले. शिवरायांना त्यांनी लवून मुजरा केला. बाजी म्हणाले,

"महाराज, ऐकलं ते खरं का?"

"काय?"

"आपण उद्याच किल्ला सिद्दीच्या स्वाधीन करणार आहात म्हणे?" बाजीने शंका व्यक्त केली. तिला पुष्टी देत त्र्यंबकपंत म्हणाले,

"महाराज, तसा निरोपही वकिलामार्फत गेला आहे, असं समजतं."

"पंत, आम्ही किल्ला स्वाधीन करणार आहोत, उद्या नव्हे. आजच रात्री! पण–

"पण काय, महाराज"

"सिद्दीच्या नव्हे तर तुमच्या."

"म्हणजे? आपल्या म्हणण्याचा आशय आमच्या ध्यानी नाही आला!" बाजी गोंधळलेल्या स्थितीत म्हणाले.

"बाजी, गडावर सहा हजार सैनिक आहेत. त्यांतले तुमचे कडवे हत्यारबंद पाचशे मावळे बरोबर घ्या. आज रात्रीच आपण निघू. सकाळपर्यंत विशाळगडच्या पायथ्यापर्यंत पोहचू."

बाजी आणि त्र्यंबकपंत शिवरायांच्या तोंडाकडे पाहतच राहिले. ते काही विचारणार इतक्यात बहिर्जी नाईक आल्याची वर्दी शिवरायांना मिळाली.

"बोला हेर नाईक, तुमची लाख मोलाची बातमी. ती ऐकायला आम्ही कसे जिवाचे कान

करून बसलो आहोत.''

''महाराज, प्रसंग मोठा बाका आहे. आदिलशहाच्या आमंत्रणावरून उत्तरेतून प्रचंड फौजेसह शाहिस्तेखान पुण्यावर आला आहे. आपण इथं अडकून पडलात म्हणून मासाहेब राजगडी चिंतेत आहेत.''

''धन्य बहिर्जी, तुमच्या हेरचातुरीची. पण सिद्दी काय म्हणतो?''

''महाराज, आपण शरण येणार म्हणून सिद्दी खुशीत आहे. त्याच्या वेढ्यात शिथिलता आली आहे. पावसामुळे पस्तावलेले सिद्दीचे सैनिक राहुट्यातच खाऊन-पिऊन सुस्तावलेले आहेत. अधिकारी नाचगाण्यात दंग आहेत. ईशान्य टोकाच्या बारड माचीखाली वेढा अगदी विरळ आहे. उजाड माळावर कुठंतरी बाभळ बोराटी दिसावी तसा.''

''विशाळगडावरील काही माहिती हाती लागली का?''

''त्यालाही वेढा पडला आहे. पठाण मुसलमान पावसात वेढा टाकायला तयार नव्हते. पण सूर्याजी आणि जयवंतराव या मराठी सरदारांनी ती जोखीम आपल्या शिरावर घेतली.''

शिवराय क्रोधाविष्ट झाले. त्यांच्या तळपायाची आग मस्तकाला गेली. पण तो राग त्यांनी मनात गिळला. शिवरायांनी बहिर्जींची पाठ थोपटली आणि योग्य बिदागी देऊन त्यांना निरोप दिला.

"पंत, आम्ही गेल्यावर गड तुम्ही सांभाळायचा आहे. दोन पालख्या, दहाबारा भोई पाठवून द्या. देवीदर्शन करून आम्ही मार्गस्थ होणार आहोत."

त्र्यंबकपंतांनी निरोप घेतला. बाजी प्रभू आपल्या कामगिरीवर गेले. घटकाभराने बाजीप्रभू, आपल्या पाचशे मावळ्यांसह आले. देवदर्शन आटोपून शिवराय तयार होतेच. करवीरनिवासिनीचे त्यांनी मनात चिंतन केले. मग ते त्र्यंबकपंतांना म्हणाले,

"पंत, येतो आम्ही. सांभाळा स्वतःला आणि स्वतःपलीकडे गडाला. आमची चिंता करू नका. वसुदेवाच्या आधारानं देवकीबाळ यमुनापार झाला आणि त्यानं गोकूळ गाठलं. बाजीच्या बहादुरीवर आम्ही तसेच वेढापार होऊ आणि विशाळगड गाठू."

शिवराय चालले. बरड माची ते उतरले. पाऊस कोसळत होता. अंधार मी मी म्हणत होता. मधून मधून वीज चमकून मार्गदर्शनाचे काम करीत होती. चिखलपाणी, काटेकुटे तुडवीत शिवराय वेढापार झाले.

कोणी हटकले. गडबड झाली. पण पावसाच्या रिमझिमीत आणि वाऱ्याच्या घोंघाटात ती शांत झाली.

शिवराय पालखीत बसले. दुसऱ्या पालखीत शिवा काशीदाला प्रतिशिवाजीचे सोंग देऊन बसविले. शिवराय गेले. आडमार्गाने नापिकाची पालखी चालली. धीरे धीरे गाडी रस्त्याने. त्याच्या बरोबर दिले होते चार भोई आणि दहा-बारा मावळे.

शत्रूला जाग आली. शिवरायांच्या पलायनाची बातमी सिद्दीच्या गुप्तहेरांनी त्याच्या कानी घातली. सिद्दी चिडला. चडफडला. चवताळला. त्याने आपल्या विश्वासू जावयास पाठलागास पाठविले. खान सिद्दी मसौद एक हजारांचे घोडदळ व दोन हजारांचे पायदळ घेऊन रवाना झाला.

पालखी पकडली गेली. सिद्दी मसूद आनंदला. पालखी, भोई आणि दहा-बारा मावळे यांना मुक्कामाला आणले. झडतीत आणि जाबजबान्यात तो शिवाजी नसून शिव नाभिक होता, असे आढळले. वेळ फुकट गेला. खान चडफडत पुन्हा विशाळगडाच्या वाटेला लागला.

पहाटे घोडखिंडीत शिवराय आले. पाठीवरच्या शत्रूच्या घोड्याच्या टापा त्यांच्या कानी आल्या. ते म्हणाले, "बाजी, आता पुढे जाणे नको, आपण इथंच शत्रूला तोंड देऊ."

५५

"महाराज, हा धोका आहे. संख्येनं भारी अशा शत्रूला आपण कुठवर तोंड देणार? हा धोका मी आपणास पत्करू देणार नाही. तीनशे मावळे घेऊन आपण विशाळगड गाठा. दोनशे मावळ्यांनिशी मी ही खिंड लढवितो."

बाजी प्रभूंच्या स्वामिभक्तीने शिवरायांचा ऊर भरून आला. बाजीची निधडी छाती, स्फुरणारे बाहू व आत्मविश्वास पाहून ते आपली कामगिरी चोख बजावतील, याची शिवरायांना खात्री वाटली.

विचार करायला वेळ नव्हता. शिवरायांनी बाजींना क्षेमालिंगन दिले. बाजींनी मुजरा केला. शिवराय चालले.

संकटे आली म्हणजे ती सगळीकडून येतात. विशाळगडालाही वेढा घातला होता. सूर्याजी आणि जसवंतरावाशी तिथे जबरदस्त खणाखणी झाली. मूठभर देशभक्तांची पोटार्थी देशद्रोह्यांवर सरशी झाली. शिवरायांना विशाळगडावर पोहोचायला सायंकाळ झाली.

खान सिद्दी मसूद घोडखिंडीच्या तोंडाशी आला. खिंडच ती. दोन घोडे आणि दहा सैनिक इतक्यांनाच पुढे सरकणे शक्य होते. दगड-विटांनी, लाठ्या-काठ्यांनी, विळ्या-कोयत्यांनी, भाला-बरच्यांनी, तिरंदाज मावळ्यांनी शत्रूची जबरदस्त लांडगेतोड केली. पण खवळलेल्या समुद्रासारखा शत्रू चिडलेला होता; संख्येने भारी होता, तो पुढे पुढे येऊ लागला, हातघाई जुंपली, प्रेतांचा खच पडला.

दोन्ही हातांत तलवारी घेऊन बाजी पुढे झाले. त्याच्या अचाट लढतीने शत्रू दिपून गेला. बाजी लढले, जखमी झाले आणि अखेर कोसळले.

मावळ्यांनी बाजींना बाजूस नेले. बाजी आर्त स्वराने, रुद्ध कंठाने म्हणाले,

"मी आता यातून वाचत नाही. मी प्रयत्नांची पराकाष्ठा केली. पण तिकडे शिवरायांचं काय झालं असेल? परमेश्वर त्यांचं रक्षण करो."

इतक्यात विशाळगडाच्या दिशेने तोफांचे आवाज आले. एक, दोन, तीन! बाजी प्रभूंच्या रक्तबंबाळ चेहऱ्यावर रक्तकमळांचे प्रसन्न तेज चमकले. ते उद्गारले,

"शिवराय सुरक्षित आहेत. हिंदवी स्वराज्य सुरक्षित आहे. माझी सेवा कामी आली. माझ्या जिवाचं सोनं झालं."

तोफांचे आवाज वातावरणात विरून गेले. बाजी प्रभूंची जीवनज्योत पंचत्वात विलीन झाली. पावसाच्या संततधारेमुळे निराश होऊन सिद्दी मसूदला पन्हाळ्याचा व विशाळगडाचा नाद सोडून हात चोळत परतावे लागले.

❉ ❉ ❉

५७

“मासाहेब.”

“बोला राजे.”

“बाळपणापेक्षा मोठेपण मोठं वाईट असतं नाही?”

“असं का म्हणता?”

“आता आमचंच पहा ना? चिंतेमुळे शांत झोप येत नाही. अन्न गोड लागत नाही.”

“कसली चिंता?”

“सारे शत्रू एकदम उठले आहेत. आदिलशहाचा आणि टोपीकरांचा बंदोबस्त आम्ही कसा तरी केला. पण तो शाहिस्तेखान पुण्यात दोन वर्षं ठाण मांडून बसलाय. पिकं कापली जातात. गुरं मारली जातात. रयत रंजीस येते. किल्ल्यामागून किल्ले–”

“शिवबा, परमेश्वरानं कुणाची सत्त्वपरीक्षा पाहिली नाही? रामाची पाहिली. कृष्णाची पाहिली.”

“होय मासाहेब.”

“राजे, परीक्षेला उतरावं लागतं. त्राटिकेला मारणारा राम केवढा होता? कंसाला मारणारा कृष्ण केवढा होता? शिवबा, कंसचाणूरांना कृष्णानं मारलं. त्या कन्हैयाची आणखी एक गोष्ट सांगू का?”

“मासाहेब, जरूर सांगा. तेवढाच आम्हांस दिलासा वाटेल.”

जिजाऊमासाहेबांनी शिवरायांना कालिया मर्दनाची गोष्ट सांगितली, गोष्टीचा शेवट त्यांनी केला...

“अस्साऽ घुसला कृष्ण कन्हैया त्या कालियाच्या डोहात. नाचला थयथय त्याच्या मस्तकावर आणि सुखी केलं सारं गोकूळ.”

शिवराय कालिया मर्दनाची गोष्ट ऐकून चमकले. गंभीर झाले. उल्हसित झाले. मनात म्हणाले की, मासाहेब, समजलो आम्ही तुमच्या कथेचा अर्थ. इतक्यात पहारेकऱ्याने वर्दी आणली,

“बहिर्जी नाईक आले आहेत.”

“दे त्यांना आत पाठवून.” शिवरायांनी आज्ञा केली.

हेरप्रमुख बहिर्जी नाईक आत आले. त्यांनी शिवरायांना त्रिवार मुजरा केला. शिवराय अधीरतेने म्हणाले,

“बोला बहिर्जी, तुमचा सर्वसंचार ऐकायला आम्ही फार उत्सुक झालो आहोत.”

“महाराज, मामला मोठा कठीण दिसतो.”

"बोला तर खरं. बाकीचं आम्ही पाहून घेतो."

"शाहिस्तेखान लालमहालात आहे. कुटुंबकबिल्यात, जनानखान्यात चोवीस तास लोळतो. पण चेहऱ्यावरून मन बाहेरच भटकत असावं, असं वाटतं. मधूनमधून मुठी वळवतो, केव्हातरी टाळी वाजवतो नि हसतो."

"आलं आमच्या ध्यानात. सांगा पुढं."

"लालमहालासमोर मैदानावर बरेच डेरे पडले आहेत. पिछाडीस सामसूम. फौजफाटा पन्नास हजारावर असावा. हत्ती, घोडे, उंट, तोफा विपुल तसा खजिना मुबलक. रोजाचा मास, दिवसाचा उपवास. रात्री खाऊन पिऊन सुस्त. जणू घोरण्याची स्पर्धा."

"शाब्बास! हेर नाईक तुमची बातमीच फार मोलाची आहे. आम्ही बहुत खूश आहोत." असे म्हणत शिवरायांनी बहिर्जींना एक सोन्याची पोची बक्षीस दिली.

वर्धनगडाहून शिवराय रायगडाला आले. चांदजी, बाजी, जेधे होते. नेताजी पालकर होते. कोयाजी, बाबाजी, चिमणाजी आले. त्यांनी चारशे निवडक जवान बरोबर घेतले. त्यांची समान दोन पथकांत विभागणी केली. शिवरायांनी पुण्याचा मार्ग धरला. त्यांनी सर्वांना बेत व्यवस्थित समजावून सांगितला.

अष्टमीच्या चांदण्या रात्री ते पुण्याला पोचले. चंद्र मावळला. आघाडीचे पथक लग्नाच्या वरातीत घुसले. मागील पथकाच्या लोकांनी आपण जसवंतसिंगाचे खास कामगिरीवरचे आहोत, असे सांगून प्रवेश मिळविला.

लालमहालाच्या पिछाडीस ते आले. गुपचुप कुसवावरून आत उतरले. दिंडी उघडली. पहारेकरी कापून काढले. भटारखान्यात ज्यांनी गडबड केली, त्यांना कायमचे शांत केले. खानाच्या शोधासाठी चिकाचे पडदे फाडले. बेगमा ओरडल्या, ''सैतान! सैतान!'' खानबेटा फत्तेखान चालून आला. पण शिवरायांच्या तलवारीने क्षणार्धात यमसदनाला गेला. कबिल्यातून कोणी उठला. खिडकीवाटे पळू लागला. दाढीवरून व रुबाबी चेहऱ्यावरून शिवरायांनी ओळखले की हाच खान. चपळाईने त्यांनी अचूक वार केला. धपदिशी आवाज झाला. शिवरायांनी समाधानाचा सुस्कारा सोडला.

गडबड वाढली. ''गनिम आया, गनिम आया पकडो!'' हबशी हशम पळू लागले. त्यांच्यामागून शिवराय आपल्या जवानांसह, ''सीवा आया! सीवा आया! मरगट्ठे आये! पकडो!'' असे ओरडत निघून गेले; ते थेट सिंहगडाच्या रस्त्याला लागले.

लालमहालात घटकाभर अंधारात मोगलातच जुंपली. दहा–वीस कामास आले. शे-दीडशे जखमी झाले.

सकाळ झाली. खानाची बोटे तुटली होती. अंग सुकले होते. धास्तावलेला शाहिस्तेखान साऱ्यांचा धिक्कार करून म्हणाला,

''हा लालमहाल की भूतमहाल! सीवा आला कोठून? कसा? गेला कोठे? कसा? आजच्या आज पुणे सोडा, नाही तर पुन्हा रात्री तो आकाशातून बेडकासारखा टपकेल. जमिनीतून वर येईल. नागासारखा फणा उभारून.''

शिवरायांच्या भीतीने खानाने पुणेच काय, पण महाराष्ट्र सोडून थेट दिल्ली गाठली.

पुरंदरच्या तटावर दिलेरखानाच्या तोफा आग ओकू लागल्या. मुरारबाजींना याचा अर्थच कळेना. हल्ल्याला इतक्या लवकर तोंड द्यावे लागले, याची त्यांना कल्पना नव्हती. प्रतिकाराच्या सूचना सैनिकांना देण्यासाठी त्यांनी सर्वांना बालेकिल्ल्यात बोलविले. इतक्यात हेरप्रमुख बहिर्जी नाईक आल्याची वर्दी त्यांना मिळाली. मुरारबाजींना आनंद झाला. बहिर्जी आले. मुरारबाजींना त्यांनी क्षेमालिंगन दिले. मुरारबाजी अधीरतेने म्हणाले,

''बहिर्जी, अगदी वेळेवर आलात.''

''होय. पण किल्लेदार, प्रसंग मोठा बाका आहे.''

''तो कसा काय?''

''वज्रगड पडला. यशवंत प्रभू आणि बाबाजी प्रभू दोघेही कामास आले.''

''अरेरे! फार वाईट झालं. ऐन घडीला दोन स्वामिनिष्ठ मोहरे खर्ची पडले.''

''किल्लेदार, शोक करायला अवसर नाही. खान यशाने चेकाळला आहे. वीस हजार फौजेनिशी वेढा आवळत आणला आहे. पुरंदर सर करण्याचा त्यानं निश्चय केला आहे. मासाहेब आणि राजे चिंतेत आहेत. पुरंदरची त्यांना काळजी लागून राहिली आहे.''

''हेर नाईक, तातडीनं रायगडावर जा. शिवरायांना आमचा अदबीचा मुजरा सांगा. त्यांना खात्री द्या की, हा मुरारबाजी जिवंत असेतो पुरंदर पडणार नाही.''

हेर नाईक निघून गेले. मुरारबाजीच्या डोळ्यांसमोर शिवरायांची मूर्ती आली. मासाहेबांचे चरण आले. मनोमन त्या चरणकमलांना वंदन करून ते सैनिकांना म्हणाले,

''मर्दांनो ऐकलंत ना सारं?''

''जी,'' पाच पंचविसांनी हुंकार दिला.

''मग बोला तुमचा कौल?''

उत्तराचे आवाज घुमले.

– आम्ही हार जाणार नाही.

– धर्मासाठी लढू.

– देशासाठी लढू.

– शिवरायांसाठी लढू, पण माघार घेणार नाही.

''शाब्बास मर्दांनो. या मुरारबाजीला आता हत्तीचं बळ आलं. बोला हरहर महादेव!''

'हरहर महादेव' असा शिवनामाचा एकच गरज आसमंतात निनादला. सारे हत्यारबंद होऊन प्रतिकारार्थ तटाकडे गले.

खानाने जोर केला.

माचीचा बुरूज ढासळला. शत्रू वर चढू लागला. मावळ्यांनी प्रतिकार करीत करीत बालेकिल्ल्यापर्यंत माघार घेतली. तिथून त्यांनी खणाखणीला जोर लावला.

वाढत्या संख्येने पठाण गडाकडे येत आहेत, असे दिसताच मुरारबाजींनी बालेकिल्ल्याचा दरवाजा उघडला आणि आघाडीवर स्वतः राहून उघड प्रतिकाराची आज्ञा मावळ्यांना केली.

घोरांदर माजले. तलवारींना तलवारी भिडल्या. भालाफेकीने उसळी घेतली. तिरंदाजांच्या तिरंदाजीला ऊत आला. 'दीन दीन' आणि 'हरहर महादेव' या घोषणांखेरीज कोणास काहीच ऐकू येत नव्हते. मुरारबाजी आणि त्यांचे मर्द मावळे प्राणपणाने लढत पुढे आले. त्यांनी शत्रूला रोखले. मराठ्यांचा चेव आणि जिद्द पाहून शत्रूने माघार घेतली. तो पायथ्याला पळाला. मराठ्यांनी पाठलाग केला आणि ते दिलेरखानाच्या छावणीपर्यंत पोहोचले. खानाच्या छावणीत त्यांनी गोंधळ उडवून दिला.

खान प्रसंगावधान राखून हत्तीवर आरूढ झाला. त्याने लढाईचे अवलोकन केले. त्वेषाने लढत असलेला मुरारबाजी त्याच्या दृष्टीस पडला. मुरारबाजींची तलवार कोणाच्या छाताडात घुसत होती, कोणाची मुंडकी छाटत होती तर कोणाचा हात वरचेवर कलम करीत होती.

दोनशे कडव्या पठाणांनी मुरारबाजींना घेरले. पण ते काही करू शकले नाहीत. खान अवाक झाला. त्याच्या डोक्यात एक विलक्षण कल्पना चमकून गेली. तो आपल्या

सैनिकांना म्हणाला,

"ठहरो!"

लढाई थांबली. खान मुरारबाजींना म्हणाला,

"मर्द किल्लेदार, आम्ही तुझ्या शौर्यावर निहायत खूष आहोत."

"तुमची खुषी मला नको."

"ही लढाई थांबव."

"ते शक्य नाही."

"आमच्या बाजूस ये. बादशहा तुला जहागीर देईल."

"सिंह मेलेला प्राणी खात नाही. ते काम कोल्हेकुत्रे यांचं. स्वराज्यसेवक शिवरायांची मीठभाकरी मी तुझ्या उष्ट्या पक्वान्नांपेक्षा अधिक मोलाची मानतो."

"मग मर."

"देशासाठी व धर्मासाठी आलेल्या मरणासारखं दुसरं यश नाही. पण ते तुला सांगून काय उपयोग? मद्यप्याला कधी अमृताची–"

पुन्हा लढाईला जोराने तोंड लागलं. प्रेतांचा खच पडू लागला. रक्ताचे पाट वाहू लागले. खानाचा एक अचूक तीर मुरारबाजींच्या कंठात घुसला. मुरारबाजी खाली कोसळले. सैनिकांनी त्यांना सावरले. पण काही क्षणातच शिवरायांच्या जयघोषात त्यांची प्राणज्योत मालवली.

सेनानी पडला. पण मराठे घाबरले नाहीत. उलट, जोमाने जसे शीर तुटताच कबंध लढावे तसे त्यांनी शत्रूला पायथ्यापर्यंत पोहोचवले. गड सुरक्षित राखला.

सूर्य मावळला. लढाई थांबली. मुरारबाजींचे बलिदान शिवरायांना समजले. रात्रभर शिवरायांच्या डोळ्यास डोळा लागला नाही की त्यांच्या डोळ्यातले पाणी खळले नाही.

''मासाहेब, आम्ही तह करून आलो.''

''काय काय ठरलं?''

''तेवीस किल्ले द्यायचे. त्याखालचा चार लक्ष होनांचा मुलूखही द्यायचा.''

''म्हणजे?''

''आणि शंभूबाळासह आलमगिराच्या भेटीस आग्र्यास जाण्याचंही आम्ही कबूल करून आलो!''

''सारं गमावलंत. पण मिळवलंत काय?''

''युवराज शंभूराजांना मनसबदारी.''

''शिवबा?'' जिजाऊमासाहेब कंपित स्वरात म्हणाल्या, ''आणि हे सारे मन इतकं घट्ट करून सांगताहात! सख्ख्या भावांना विष घालून मारणारा तो आलमगीर! आपल्या मामाच्या– शाहिस्तेखानाच्या सूडाची वाट पाहत असेल.''

कठीण परिस्थिती ओळखून शिवरायांनी मिर्झाराजांशी पुरंदरचा तह केला. मासाहेबांची समजूत कशी घालायची, हे त्यांना अधिक कठीण वाटत होते. शिवराय परोपरीने सांगू लागले,

''मासाहेब, हे आम्ही पुरेपूर जाणतो. मिर्झाराजांनी संरक्षणाची हमी दिली आहे. तेथे सरबराईला त्यांचा पुत्र रामसिंग आहे. आलमगिरानं भावाला भाऊ मानलं नाही. प्रसंगी सेनापतीच्या शब्दाला तो किंमत देणार नाही, हेही आम्ही जाणतो. मासाहेब; सावध राहू पण जाऊच जाऊ. थोरल्या महाराजांनी पादशाह्या नुसत्या इशाऱ्यावर नाचवल्या. त्यांचे वीरपुत्र आहोत आम्ही. अफझलखानाला नेस्तनाबूत केलं. शाहिस्त्याला पिटाळून लावलं. आपला लाडका शिवराय, मासाहेब, भीती कशाशी खातात हे ओळखत नाही. राम चौदा वर्षं वनात गेला, पण परत अयोध्येला आलाच ना? बारा वर्षे पांडवांनी वनवास भोगला, एक वर्ष अज्ञातवासात राहून ते सुखरूप प्रगटलेच ना? आलमगिराला पाहायला, त्याचा

मुलूख नजरेखालून घालायला, त्याहूनही काही राजपूत हाती लागतात का ते पाहायला आम्ही अधीर झालो आहोत. दुःख एकाच गोष्टीचं होतं–''

''ते कोणत्या?''

''या वयात आपल्याला उर्वरित स्वराज्याचा कारभार पाहावा लागणार आहे.''

''त्याची काळजी नको. स्वतःला सांभाळा. शंभूबाळाला प्राणापलीकडे जपा. आमचे डोळे तुमच्या वाटेकडे लागून राहिलेले असतील.''

शिवराय आग्ऱ्यास चालले. बरोबर शंभूबाळ, निवडक सरदार व विश्वासू सेवक होते. वाटेत शिवरायांच्या सत्काराला आणि दर्शनाला लोक येत. कोणी हुकूम म्हणून येत. कोणी पर्वणी समजून येत. मजल दरमजल करीत शिवराय आग्ऱ्यास पोहोचले.

आलमगिराचा पन्नासावा वाढदिवस. दरबारात शंभूबाळासह शिवरायांनी प्रवेश केला. योग्य ती मानाची जागा त्यांना मुद्दाम देण्यात आली नाही. ते क्रोधाने लालेलाल झाले. त्यांनी आलमगिरावर नजर टाकली. दृष्टीला दृष्टी भिडली. क्षणार्धात एकमेकांस पुरेपूर समजून चुकले. शिवरायांना अपमान असह्य झाला. ते महालाबाहेर पडले. मुक्कामाला आले. म्हणाले, ''आलमगिराचं पुन्हा तोंड पाहणार नाही.''

शिवरायांच्या मुक्कामाभोवती बादशहाने फौलादखानाचा कडक पहारा बसवला. नजरकैद! शांत चित्ताने शिवरायांनी परिस्थितीचे आकलन केले. डावास डाव हवा. तोडीस तोड हवी. त्यांनी बादशहाकडे अर्जी पाठविली. ''आम्हांस दक्षिणेत पाठवून द्या.''

शिवरायांनी धीरे धीरे आपली माणसे रवाना केली. जवळ केवळ शंभूबाळ, हिरोजी फर्जंद आणि मदारी मेहतर ठेवले.

एके दिवशी शिवरायांनी हिरोजीकडून फौलादखानाला निरोप दिला की, 'आमची तब्येत बिघडली. वैद्य-हकीम पाठवा.'

वैद्य-हकिमांनी निर्वाळा दिला, 'रोग शारीरिक नाही, मानसिक आहे. मनःशांती हवी. औषधपाणी चालू ठेवावे.'

मनःशांतीसाठी दानधर्म करण्यास परवानगी मिळाली. मिठाईचे पेटारे साधू-बैराग्यांना दानधर्म म्हणून आणि मुल्ला-मौलवींना खैरात म्हणून जाऊ लागले.

शिवरायांनी हिरोजीस झोपविले. मदारी त्याचे पाय चेपू लागला. हिरोजीच्या कानात शिवरायांनी हितगूज केले. शंभूबाळासह ते पेटाऱ्यातून पसार झाले. काही वेळाने औषधपाण्यासाठी हिरोजी आणि मदारी बाहेर पडले ते तिकडेच.

दुसरे दिवशी सकाळी आलमगिराच्या कानी वार्ता गेली की, 'सीवा' निसटला. पिंजऱ्यातून पक्षी उडाला व त्याने गरुडभरारी घेतली.

दिल्ली हादरली. आलमगीर चिडला, चडफडला, भडकला आणि ओरडला की, 'शोधा, शोधा, शोधा त्या काफिराला.'

दक्षिण दिशेला शोध सुरू झाला. शिवराय उत्तर दिशेने मथुरेस गेले. तेथे त्यांनी शंभूबाळास ठेवले. स्वतः शिवराय वेषांतर करून एका सोन्याच्या दिवशी, सुवर्ण संध्यासमयी स्वराज्यी रायगडावर सुखरूप परतले.

तीन महिन्यांनी शिवरायांनी शंभूबाळास गुपचूप बंदोबस्ताने आणले.

* * *

रात्रीचे बारा वाजले. मराठे सरदार गड चढून गेले. शत्रू सावध होताच. खणाखणी, हाणाहाणी, कापाकापी झाली. घनघोर लढा लढला गेला. शौर्य विजयी झाले. क्रौर्य पराभूत झाले. न्यायाने अन्यायावर मात केली. दोनशेपैकी पन्नास मावळे मारले गेले. तीनशे मुसलमान कापले गेले. उरले ते पळून गेले. मुसलमान किल्लेदाराला पकडून जेरबंद करण्यात आले. त्याची बीबी–बालबच्चे यांना नजरबंद करण्यात आले.

नरसू नाईक शिवरायांच्याकडे आला आणि म्हणाला,

"महाराज, फत्ते झाली."

"शाब्बास! धर्माचा विजय झाला, सत्याचा विजय झाला. पुरंदर निर्धास्त झाला."

"महाराज, किल्लेदाराला अटक केली आहे. त्याचा परिवार हाती लागला आहे."

महाराज गंभीरपणे म्हणाले,

"त्यांना आमच्यासमोर हजर करा."

किल्लेदार, त्याची बायको आणि दोन मुले यांना शिवरायांसमोर आणण्यात आले. किल्लेदार थरथर कापत होता. त्याची बायको भीतीने पांढरी पडली होती. मुले आपल्या आईला मुसूमुसून बिलगून रडत होती. किल्लेदाराने शिवरायांना कुर्निसात केला. शिवराय म्हणाले,

"नाही, हा कुर्निसात आम्हास मंजूर नाही."

किल्लेदार अधिकच घाबरला. शिवरायांनी नाईकांना हुकूम केला.

"यांच्या बेड्या काढा. शत्रूकडचे का असेनात ते किल्लेदार आहेत, वीर आहेत."

शिवरायांनी किल्लेदाराला आपल्याजवळ आणून बसविले. त्याची बायको, मुले तिथेच जवळ बसली. किल्लेदाराच्या पाठीवरून हात फिरवीत शिवराय म्हणाले,

"वीरांनी वीराला वीरासारखं वागवावं, अशी युद्धनीती आहे. आम्ही तुम्हाला मुक्त केलं आहे. आम्ही पहाडी जिंकली, तेव्हाच आपलं वैर संपलं. तुम्ही आपल्या कुटुंबीयांसह सुखरूप विजापूरला जाऊ शकता. आमचे नाईक तुमची तशी व्यवस्था करतील.''

किल्लेदाराच्या पत्नीने धिटाईने आपली मुले शिवरायांच्या चरणांवर घातली. शिवराय संकोचून म्हणाले,

"भगिनी, हे धाडस कशासाठी?''

"माणसात देव मी आजच पाहिला म्हणून. मला वाटत होतं माझा नवरा फासावर चढेल. पोरांची खांडोळी होतील, माझा निकाल लागेल, नाहीतर–''

"असं वाटण्याचं कारण?''

"कारण उघड आहे. माझ्या बापानं, माझ्या सासऱ्यानं अशीच दुर्वर्तनं केली आहेत. मग आमच्या वाट्याला अधिक चांगल्याची अपेक्षा आम्ही का करावी? बाकी ज्यांनी माणसातल्या राक्षसाची ओळख ठेवली...''

"विसरून जा आता सारं. तू निर्धास्त झाली आहेस.'' किल्लेदाराकडे पाहून शिवराय म्हणाले,

"आपण सगळे जाऊ शकता. नाईक आहेतच दिमतीला.''

शिवरायांच्या अनुज्ञेनं हर्षभरित झालेली ती किल्लेदारीण मुलांसह आणखी एकदा

शिवरायांना नमस्कार करून चालू लागली. पण किल्लेदाराचे पाय घुटमळले. शिवराय म्हणाले,

"काही शंका आहे का?"

"तशी मोठीशी नाही पण..."

"पण काय?"

"आपणासारख्या पुण्यपुरुषाच्या सैन्यात फितुरी!"

"फितुरी?" शिवरायांच्या तळपायाची आग मस्तकाला जाऊन भिडली. कानात उकळते तेल घातल्यासारखे, जणू ते शब्द त्यांना वाटले.

"धनलोभानं एक सैनिक धन्याशी बेइमान झाला, म्हणून तर मध्यरात्री आम्ही सावध होतो."

"कोण तो फितुरी? नाव काय त्याचं?"

किल्लेदार काहीच बोलला नाही. त्याची अनिच्छा लक्षात घेऊन शिवराय म्हणाले,

"नका सांगू हवं तर, पण त्याचं शासन चुकणार नाही. नाईक-"

"आज्ञा महाराज."

"किती मावळे कामास आले?"

''पन्नास.''
''उरले किती?''
''एकशे पन्नास.''
''प्रत्येकाला छेडा. धाक घाला. पण फितुऱ्याचा शोध लागला पाहिजे.''
नाईक काही वेळाने परत आले आणि म्हणाले, ''महाराज, फितुऱ्याचा शोध लागला नाही.''
''सगळ्यांना माझ्यासमोर उभे करा. साऱ्यांचाच कडेलोट करतो.''
सारे मावळे आले. महाराज कळवळून म्हणाले,
''तुमच्यात एक मातृद्रोही आहे. देशद्रोही आहे. निमकहराम आहे. त्याच्या चुकीने आज माझे पन्नास मर्दमावळे कामास आले. पन्नास भगिनींना वैधव्यात लोटून काय मिळवलं त्यानं? मूठभर धन? आणि आता त्याची बायको विधवा होईल, पोरं पोरकी होतील, छी थू ऽ ऽ होईल त्याची जगात. तुम्हांला मी कडेलोटाची शिक्षा देत आहे. सारे मेलात तरी हरकत नाही, पण फितुरी जिवंत राहता कामा नये.''
एकदम मावळे गरजले,
''मंजूर, मंजूर. आम्हाला शिक्षा मंजूर. आम्ही कडेलोटाला तयार आहोत.''
''ओळ करा. एक म्हणताच एकानं, दोन म्हणताच दुसऱ्यानं अशा खोल दरीत बुरुजावरून उड्या टाकायच्या. तयार! एक... ...''

पहिला पुढे जाऊ लागला. इतक्यात सातवा मागून आला आणि त्याने पहिला मान पटकावला. सारे मावळे स्तब्ध झाले. किल्लेदार पुढे होऊन शिवरायांना म्हणाला,

“महाराज, हे दृश्य माझ्याच्यानं पाहवत नाही. बंद करा ही शिक्षा. फितुऱ्याला शासन मिळालं आहे. त्याचा कडलोट झाला आहे.”

शिवरायांनी समाधानाचा सुस्कारा सोडला आणि किल्लेदाराला निरोप दिला.

“मासाहेब, पुष्कळ वेळा वाटतं–”

“काय वाटतं, राजे?”

“जे घडतं ते बऱ्याकरिताच घडतं.”

“म्हणजे?”

“आलमगिरानं तह मोडला. आम्ही तुफान मुलुखगिरी केली.”

“काय केलीत मुलुखगिरी?”

“आमच्या मर्द मावळ्यांनी चार महिन्यांत सत्तावीस किल्ले स्वराज्यात सामील केले. पुरंदर तहाचा बदला घेतला. आमचा दरारा वाढला.”

“राजे, वाघाची शिकार करणं आणि हरणांचा कळप कापणं यात अंतर असतं.”

“असं का म्हणता, मासाहेब?”

“कोंडाण्यावर अद्याप मोगली निशाण फडफडतंय. ज्याच्या हाती कोंडाणा त्याच्या हाती पुणे परगणा. मिर्झाराजांनी उगाच नाही, उदेभान राठोडला तिथं ठेवलं. तीन हजार उमदे पठाण आणि कडवे राजपूत आहेत त्याच्या दिमतीला. डोळ्यांत तेल घालून ते कोंडाण्याचं रक्षण करीत आहेत. शिवबा, कोंडाण्यावर जरीपटका फडकेपर्यंत–”

“मासाहेब, आपली व्यथा आम्ही जाणतो. या कामगिरीवर एखादा दमदार सरदार आम्ही पाठवू. नाहीच जमलं तर आम्ही जातीनं स्वतः जाऊ. आपण निश्चिंत असा.”

शिवराय काहीसे गंभीर झाले, सचिंत झाले, मासाहेबांना लवकरात लवकर दुःखमुक्त करण्याचा त्यांनी निश्चय केला.

इतक्यात एक पहारेकरी आत आला. मुजरा करीत नम्रतेने म्हणाला,

“उमरठ्याचे उमराव नरवीर तानाजी मालुसरे आणि वीरवृद्ध शेलारमामा भेटीस आले आहेत.”

त्यांना पाठवून देण्याची शिवरायांनी आज्ञा केली. शेलारमामा ऐंशी वर्षाचे होते. तानाजीराव तर शौर्याचा मूर्तिमंत पुतळा. ते आत आले. त्यांनी शिवरायांना आणि मासाहेबांना त्रिवार मुजरा केला. क्षेमकुशल संपल्यावर मासाहेब म्हणाल्या,

''मामा, बरं येणं केलंत?''

''तान्ह्यानं लेकाचं लगीन काढलंय–''

''होय मासाहेब,'' तानाजीराव मध्येच म्हणाले, ''माझ्या रायबाच्या लग्नाला आपण शिवरायांना बरोबर घेऊन यायला हवं. तसं सांगूनच आलोय, आम्ही साऱ्या गावकऱ्यांना.''

''येऊ येऊ, जरूर येऊ. मामा, जसा आम्हाला शिवबा तसाच तुमचा तान्हा. एक राम तर दुसरा भरत. मग तुमचा नातू म्हणजे आमचाच नातू नाही का?''

शिवरायांच्या चेहऱ्यावरचा आनंद मावळला. ते गंभीरपणे काळजीच्या सुरात म्हणाले,

''तानाजी, रायबाच्या लग्नाला मासाहेब आमच्या वतीनं येतील.''

''आणि आपण?''

''आम्ही निकडीच्या कामगिरीवर जात आहोत.''

''या वेळी असली कसली निकडीची कामगिरी काढलीत राजे?''

''कोंडाणा कब्जात घेण्याची. रयतेचं राज्य करणं म्हणजे सतीचं वाण घेणं आहे. सुळावरची पोळी आहे ती. कोंडाण्यावाचून पुणं म्हणजे शिरावाचून शरीर. कोंडाणा सर

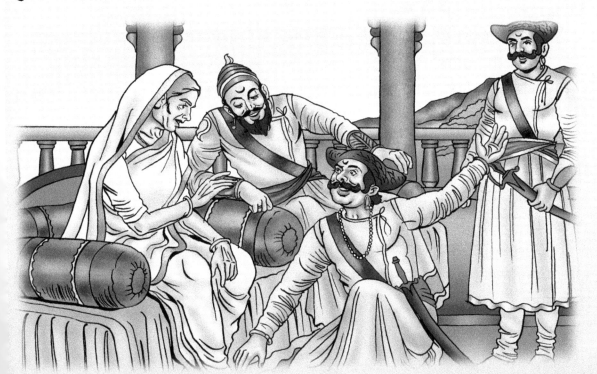

करून येतो आम्ही तुमच्या गावाला, रायबाला आशीर्वाद द्यायला.''

चिंतेने शिवरायांच्या कपाळावर आठ्या पडल्या. तानाजीरावांच्या नजरेतून ही गोष्ट सुटली नाही. मामला त्वरित त्यांच्या लक्षात आला. ते निश्चयाच्या स्वरात म्हणाले,

''महाराज, आपण जातीनं स्वारीवर जाणार?''

''होय.''

''मग आम्ही कशाला आहोत? लाखांच्या पोशिंद्याला संकटात ढकलण्याइतका हा तान्ह्या–''

''अहो, पण तुम्ही तुमच्या मुलाचं–''

''लगीन लावणार– पण आधी कोंडाण्याचं मगं रायबाचं. कसं मामा?''

''हेच खरं!''

''मासाहेब,'' तानाजीरावांचे बाहू स्फुरण पावू लागले. आपल्या डोक्यावरचा मंदिल त्यांनी उतरवला. तो जिजाऊमासाहेबांच्या हाती देत ते म्हणाले, ''हा मानाचा मंदिल आपल्या हातानं आपण माझ्या डोक्यावर बांधा आणि मला आशीर्वाद द्या. म्हणजे कोंडाणा जिंकलाच, म्हणून समजा.''

मासाहेबांचे डोळे भरून आले. त्यांनी तानाजीरावांना मानाचा मंदिल बांधला. 'विजयी व्हा' असा आशीर्वाद दिला. रामाला भरत भेटावा, तसे तानाजीराव शिवरायांना कडकडून भेटले. तानाजीरावांचे मित्रप्रेम व स्वराज्यनिष्ठा पाहून शिवरायांचे हृदय द्रवले. ऊर भरून आला. दाटल्या गळ्याने ते म्हणाले,

''काम फत्ते करून या. मग रायबाच्या लग्नाचा बार असा उडवू या की–''

''महाराज येतो आम्ही.''

तानाजीराव व शेलारमामा उमरठ्यास परत आले. सूर्याजीला त्यांनी आठशे मर्दमावळा गोळा करण्यास सांगितले.

कोंडाण्याच्या पायथ्याला येऊन त्यांनी सारा कोळीवाडा वश करून घेतला. एके सायंकाळी ते सूर्याजीला म्हणाले,

''सूर्याजी, पाच-शंभर हत्यारबंद मावळा घेऊन तू कल्याण दरवाजा गाठ.''

''आणि दादा, तुमचा बेत काय!''

''मी मावळतीचा कडा चढून वर जातो. माझ्याबरोबर तीनशे मावळे आणि मामा आहेत. गुपचूप खणाखणी करतो. कल्याण दरवाजा उघडून पठाण, रजपूत पळून जातील. त्यांना तुम्ही कापा.''

मर्द मावळे सरसर कडा चढून वर गेले.

सूर्याजीने कल्याण दरवाजा गाठला आणि तेथे तो दबा धरून बसला. चढून वर गेलेल्या मावळ्यांनी हाणामारी सुरू केली. साऱ्या किल्ल्याला जाग आली. भारी संख्येने शत्रूचे सैनिक कामास येऊ लागले. किल्लेदार उदेभान राठोड चालून आला. तानाजीरावांची ढाल तुटली. त्यानी प्रसंगावधान राखून कमरेचा शेला हाताभोवती गुंडाळला. एकमेकांनी एकमेकांवर वर्मी घाव घातले. तानाजीराव कोसळले. त्यांच्यात उठण्याचे त्राण राहिले नाही. उदेभानही जखमी होऊन पडला. त्याने उठण्याचा प्रयत्न केला. इतक्यात शेलारमामांनी आपल्या शेलक्या वाराने उदेभानला रक्ताच्या थारोळ्यात कायमचा निजवला. ते त्यांच्या लाडक्या तान्ह्याजवळ आले; पण तानाजीरावांची प्राणज्योत मावळली होती.

सूर्याजीला दिलेली कामगिरी त्याने फत्ते केली. तो कल्याण दरवाजा काबीज करून आत आला. तानाजीराव पडल्याची बातमी त्याला कळली. धनी पडल्यामुळे भयभीत झालेल्या मावळ्यांना त्याने धीर दिला. त्यांच्यात पुन्हा वीरश्री संचारली.

पहाटेपर्यंत गड मराठ्यांच्या हाती आला. स्वराज्यात सामील झाला. शिवरायांना विजय समजावा, म्हणून गवताच्या गंजी पेटविण्यात आल्या.

शिवराय दुसऱ्या दिवशी आले. तानाजीरावांच्या मृत्यूची बातमी त्यांना कळली. त्यांनी अपार शोक केला. शोकसागरात बुडालेल्या शेलारमामांना ते म्हणाले,

"मामा, गेला तो शिवाजी आणि हा तुमच्यासमोर तानाजी उभा आहे, असं समजा."

"राजे, वाईट तर झालं; पण जिवाचं सोनं करून गेला माझा तान्ह्या. पावनखिंडीतले वीर बाजी आणि पुरंदरचे मुरारबाजी स्वर्गात त्याला डोक्यावर घेऊन नाचत असतील नुसते."

शिवरायांच्या नेत्रांतली संततधार थांबत नव्हती. सूर्याजीला दुःख अनावर होऊन त्याने त्यांच्या पायांना मिठी मारली. तो स्फुंदत म्हणाला,

"महाराज, स्वराज्याचे स्वामी जर असे धीर सोडू लागले, तर आधारासाठी आम्ही कुणाकडे पाहायचं?"

"सूर्याजी, स्वराज्याचा स्वामीसुद्धा आईचा मुलगा असतो, कुणाचा तरी जिवलग मित्र असतो, मुलाचा बाप असतो, कारण तोही हाडामासांचा माणूस आहे. मामा, आता आपण शोक आवरू या. चला, मासाहेबांचं सांत्वन करू या. त्यांना रायबाच्या लग्नाला नेऊ या. मासाहेबांच्या हस्ते आम्ही रायबाला मोठी शिलेदारकी देणार आहोत."

"माझ्या तान्ह्याची पुण्याई." मामांचे डोळे भरून आले. "राजे कोंडाण्याचं लगीन आधी लावून तान्ह्यानं आपला शब्द खरा केला."

"होय मर्दांनो, गड आला पण सिंह गेला."

तानाजीरावांच्या बलिदानाप्रीत्यर्थ कोंडाण्याचे नाव 'सिंहगड' ठेवण्यात आले.

"मासाहेब!"

"बोला राजे, आज मनःस्थिती ठीक दिसत नाही?"

"हेरांनी आणलेली बातमी फार वाईट आहे."

"ती कोणती?"

"सरनौबतांनी सलूक केला आणि बहलोलखानाला सोडून दिलं."

"राजांच्या सल्ल्याशिवाय सेनापती तह करू लागले, तर अनर्थ ओढवेल."

"मासाहेब, आंधळ्या उदारतेपोटी आणि मनी आमचा विश्वास बाळगून त्यांनी तसं केलंही असेल–"

''पण आता तुमचं बिघडलं कुठं?''

''आमचा हुकूम होता बहलोलाला लोळवा, धुळीस मिळवा वा जीवे पकडून आमच्यासमोर हजर करा. पण त्यांची तहाची चाल पूर्ण चुकली. उद्या सरनौबत राहतील बाजूला आणि त्यांची चूक भोगावी लागेल स्वराज्याला. बहलोल संपला असता तर आदिलशहाला मुठीत नाक धरून तह करण्याखेरीज गत्यंतर नव्हतं. आमचा खरा शत्रू उत्तरेचा मोगल आहे. त्याच्या पारिपत्याची आम्हास घाई आहे.''

जिजाऊमासाहेबांच्या सल्ल्याने शिवरायांनी प्रतापराव गुजर सरनौबतांना कडक इशारा दिला आणि हे अप्रिय प्रकरण कसेतरी मिटवून टाकले.

आदिलशहाच्या मुलखात शिवसैनिकांनी धुमाकूळ घातला होता. कराड, वाई, सातारा, चंदन, वंदन, नांदगिरी काबीज केली होती. पन्हाळा जिंकला होता. वजीर खवीसखान काळजीत पडला होता. शिवरायांच्या पारिपत्याला कोणीच तयार होईना. अखेर घमेंडखोर बहलोलखान तयार झाला. शिवरायांना ही बातमी हेरांकडून समजली. त्यांनी खानाने फौजफाटा गोळा करण्याच्या आतच त्याच्यावर सरळ हल्ला करण्याची आज्ञा प्रतापरावांना केली.

नावाप्रमाणे प्रतापरावांनी महाप्रताप करून दाखविला. ते आपली शेलकी सेना घेऊन डोण नदीपार गेले. खानाच्या तळाला वेढा दिला. त्याचे पाणीच तोडले. वेढ्याची व्यवस्था सिद्धी हिलालवर सोपवून प्रतापराव खानाच्या छावणीवर चालून गेले. हे नवे संकट पाहून पाण्याच्या चिंतेने व्याकूळ झालेल्या खानाच्या तोंडचे पाणीच पळाले. खान अगतिक होऊन शरण आला. प्रतापरावांना त्याची दया आली. पुन्हा शिवरायांच्या वाटेला न जाण्याच्या अटीवर प्रतापरावांनी खानाला सोडून दिले.

पावसाळा संपला, दसरा उजाडला. मोगलांवर चढाई करण्याची मोहीम शिवरायांनी काढली. त्यांनी मासाहेबांचा आशीर्वाद घेतला. सरनौबतांना पन्हाळा प्रांती बंदोबस्ताला ठेवले. शिवराय उत्तर दिशेने चालले. दुसऱ्याच मुक्कामावर हेरांनी त्यांना बातमी आणून पोहोचविली की मराठे उत्तरेकडे सरकत आहेत हे पाहून बहलोलखानाने उठाव केला. तो नेसरी खिंड पार करून कोकण गाठणार आहे. या बातमीने प्रतापराव गुजर सरनौबत थक्कच झाले. शिवरायांच्या तळपायाची आग मस्तकाला गेली. त्यांनी प्रतापरावांना जासुदामार्फत खास कागद धाडला. ''सर्प बहलोल उलटला. तो आमचा मुलुख लुटीत आहे. रयत रंजीस आणीत आहे. त्याला रणी गाठा. बुडवून टाका ना तरी तोंड न दाखविणे.''

७८

खलिता वाचून प्रतापराव पश्चात्तापाने दग्ध झाले. त्यांची घोडचूक त्यांच्या ध्यानी आली. खानाच्या गोटात जाऊन त्याच्या नरडीचा घोट घेण्याचा त्यांनी निश्चय केला.

सरनौबत फौज घेऊन नेसरीपासून काही कोसांवर दबा धरून बसले. खान नेसरीखिंडीत आल्याचे समजले. त्यांनी सहा शूर सरदारांना बोलावून घेतले. हल्ल्याची कल्पना समजावून सांगितली. पहाटेच्या प्रहरी त्यांनी सरदारांना उठवले.

सहा सरदार आणि सरनौबत स्वतः असे सात वीर घोड्यावर स्वार होऊन खानावर चालून गेले. त्यांनी खानाला खिंडीत गाठले. अपमानाच्या खिन्नतेत आणि सुडाच्या चिडीत त्यांना विवेक राहिला नाही. फौजेला आगेकूच करण्याचा इशारा द्यायचा राहून गेला. खानाची पठाण-अफगाणांची अफाट सेना होती. कितीही कापाकापी केली, तरी असीम सिंधूपुढे सात बिंदूंचे काय चालणार? महापुरात गोपुरे बुडून जावीत, तसे सात मराठे महावीर स्वराज्याच्या कामी आले.

शिवराय हळहळले. उद्गारले,

''अखेर तोंड न दाखविणे हे रावांनी अशा प्रकारे खरे केले तर! छे, छे! आम्ही इतके कडक व्हायला नको होते. पण स्वराज्याचा सुविचार मनी बळावला की... जाऊ द्या!''

❈ ❈ ❈

जिजाऊमासाहेब रायगडाच्या पायथ्याशी पाचाडला राहत होत्या. रायगडचा गारठा आणि बोचरा वारा त्यांना सोसवत नव्हता. त्यांना नेण्यासाठी मेणा घेऊन सोबत शिवराय स्वतः आले.

''मासाहेब?''

''कोण? शिवराय? आणि अवेळी जातीनं?''

''होय मासाहेब, राज्यारोहणाची सर्व सिद्धता झाली आहे. नातेवाईक आले आहेत. सरदार, सेनानायक उपस्थित आहेत. परराज्यांतील वकील हजर झाले आहेत. संत-साधू, शास्त्रीपंडित आशीर्वाद देण्यासाठी उत्सुक झाले आहेत. पन्नास हजारांवर प्रजाजन हजर झाले आहेत. सप्तसिंधूंचे पवित्र जल आणले आहे. सप्तसरितांचे गंगोदक सुवर्णकलशात घालून ठेवले आहे. राज्याभिषेकासाठी गागाभट्ट उल्हसित होऊन तयार आहेत. फक्त उणीव एकाच गोष्टीची–''

''ती कोणत्या?''

''आपल्या उपस्थितीची. कृतार्थतेनं तरळणाऱ्या आपल्या नेत्रांतल्या जलाची किंमत सप्तसरितांनाच काय पण सहस्त्र सिंधूंनाही नाही. आपल्या आशीर्वादाचं सामर्थ्य–''

“पुरे पुरे! चला, आता उशीर नको.” शिवरायांनी जिजाऊ मासाहेबांना मेण्यात बसविले. भोयांबरोबर चालत ते स्वतः रायगडावर गेले. मायलेकरांची जोडी पाहून उपस्थितांच्या डोळ्यांचे पारणे फिटले.

तो आनंदी आनंदाचा, महन्मंगल सोन्याचा, ज्येष्ठ शुद्ध त्रयोदशीचा दिवस उजाडला. सप्तधातूंचे, सप्तधान्यराशींचे, सप्तमंगलवाद्यांच्या मंगल निनादात तुलादान झाले. शुचिर्भूत होऊन शिवराय सोन्याच्या चौरंगावर बसले. कोणी पंचामृत कलश, कोणी छत्र, कोणी चामर हातात धरले होते. काशीकर गागाशास्त्र्यांनी सप्तसरितांच्या जलाचा कुंभ शिवरायांच्या मस्तकावर धरला. सुवर्णकुंभाच्या शतछिद्रांतून शिवरायांवर जलाभिषेक झाला. शिवराय उठले.

चौघडे झडले. सनयांनी मंगलसूर धरले. दुंदुभी दुमदुमल्या. एकशेआठ तोफांची सरबत्ती झाली. मुहूर्तसमयी शिवराय सिंहासनावर आरूढ झाले. एके बाजूस महाराणी सोयरा तर दुसऱ्या बाजूस युवराज शंभूराजे, विराजमान झाले होते. अष्टस्तंभासमीप अनुक्रमे प्रधान, अमात्य, सेनापती, पंडितराव, न्यायाधीश, सचिव, मंत्री, सुमंत आपापल्या उचित ठिकाणी अधिष्ठित होते. गागाशास्त्र्यांनी सोन्यामोत्यांच्या झालरीचे छत्र शिवरायांच्या मस्तकावर धरले. शास्त्रीबुवांनी उंच आवाजात घोषणा करून ललकारी दिली, “गोब्राह्मणप्रतिपालक, क्षत्रियकुलावतंस, श्रीशिवछत्रपती, सिंहासनाधीश्वर विजयी भव.”

ललकारी संपताच निस्तब्ध शांतता पसरली. छत्रपती शिवराय उभे राहून प्रजाजनांना उद्देशून म्हणाले,

“प्राणप्रिय प्रजाजनहो, रायरेश्वराची प्रतिज्ञा आज खरी झाली. या स्वराज्यासाठी बाजीप्रभू, मुरारबाजी, तानाजीराव, प्रतापराव यांच्याबरोबर असंख्य मर्द मावळ्यांनी आपले बलिदान केले आहे, याची आम्हास जाणीव आहे. हे राज्य रयतेचं. आम्ही तो केवळ राखणदार. तसंच हे राज्य धर्माचं, न्यायाचं असेल हे आमच्या शत्रूंनी ध्यानी घ्यावं. अन्यत्र पसरलेले बांधव एका छत्राखाली यावेत, म्हणून हा आमचा अट्टाहास. हे राज्य स्वराज्य वाढवील, भक्कम करील. आमच्या राज्यात आजपासून राजशक चालेल. आमचे शास्त्रीपंडित राज्यकारभाराची ‘राजभाषा’ तयार करतील. आमची राजमुद्रा अधिकृत रीतीने उपयोगात येईल.”

सारा रायगड एकाच घोषणेने निनादून गेला. “छत्रपती श्रीशिवाजी महाराज की जय.” शिवराय धीरोदात्त पावले टाकीत मासाहेबांकडे आले आणि नम्रतापूर्वक त्यांच्या चरणांना

स्पर्श करून ते म्हणाले,

"मासाहेब, तुमच्या या छत्रपतींना आशीर्वाद द्या." शिवरायांना उठवीत मासाहेब म्हणाल्या,

"असं छत्रपती होणं तर कठीणच. पण छत्रपतिपद खऱ्या अर्थानं टिकवणं आणि वाढवणं महाकर्मकठीण, याचा विसर पडू देऊ नका."

शककर्ते छत्रपती शिवाजी महाराजांच्या जयजयकारांत राज्यारोहणाचा समारंभ झाला.

उपस्थित पांगले. त्यांनी शिवरायांचा कीर्तिसुगंध आपल्याबरोबर नेला आणि दशदिशांना दरवळून टाकला.

रायगडची हवा मासाहेबांच्या वृद्ध देहाला बाधली. राज्याभिषेकानंतर अवघ्या बारा दिवसांनी मासाहेबांनी इहलोकीची यात्रा संपविली.

आलमगिराचा दरबार बरखास्त झाला. खलबतखान्यात त्याने दिलेरखानास बोलावून घेतले. आलमगीर म्हणाला,

"दिलेर!"

"जी हुजूर."

"तुला दख्खनच्या बंदोबस्ताला जायचंय. तयारी ठेव."

"खाविंद कुणाच्या बंदोबस्ताला? आदिलशहाच्या की कुतुबशहाच्या?"

"छे, छे? त्या मरगठ्ठ्या सीवाच्या."

"फिकीर नसावी, खाविंद. जे अफझलला जमलं नाही, जे शाहिस्ता करू शकले नाहीत..."

"आणि ज्यानं आमच्या हातावर तुरी दिल्या... असंच ना? फार घमेंडीत जाऊ नये माणसानं. दिलेर, पण असं कर; त्या महम्मद कुलीखानाला बरोबर घेऊन जा."

"त्या बाटग्या प्रतिशिवाजीला?" दिलेरखान उपहासाने म्हणाला.

"दिलेर, कुलीखानाच्या अफगाण विजयावर आम्ही निहायत खूश आहोत. त्यानं आमची सल्तनत वाढवायला मोलाची मदत केली आहे. दिलेर, आणखी एक गोष्ट लक्षात ठेव. माणसानं नेहमी कोल्ह्याच्या डोक्यानं चालावं, डुकरांच्या नाही."

"अपराधाची माफी असावी खाविंद."

"खैर. अरे, बाटगेच कडवे होतात, त्यांचं मन खातं म्हणून. त्यांच्याइतका हिंदुद्वेष सच्चा मुसलमानही करणार नाही."

"पण खाविंद, उगीच एक शंका. हा कुलीखान परत त्या सीवाला तर मिळणार नाही?"

"हरगीज नाही." खात्री देत आलमगीर म्हणाला. "सीवानं त्याचा अपमान केला आहे. कुलीखान सूडानं पेटल्याशिवाय राहणार नाही आणि जर बिथरला तरी मराठे त्याला जवळ करणार नाहीत, कारण तो मुसलमान झाला आहे म्हणून. तो पापी आहे, पतित आहे म्हणून."

काहीशा नाराजीनेच दिलेरखानाने महमद कुलीखानाला बरोबर घेतले आणि त्यांनी दख्खनवरील चालीची वाटचाल केली.

मुक्कामामागून मुक्काम पडू लागले. ते महाराष्ट्र-भूमीत आले. महाराष्ट्राची ती प्रसन्न हवा, तो आगळा आणि वेगळा निसर्ग, ते डोंगर त्या दऱ्या, तो माळ, ती राने, ते झरे, ते नाले, त्या नद्या, त्या राया, तो पक्षिगणांचा किलबिलाट; कुलीखान मनोमन व्याकूळ झाला.

एके रात्री गस्त घालण्याच्या निमित्ताने कुलीखान पहारे चुकवून छावणीतून सहीसलामत निसटला. त्याने थेट किल्ले रायगडाचा रस्ता धरला.

शिवरायांच्या हेरांनी दिलेरखानाच्या आगमनाची इत्थंभूत बातमी आधीच शिवरायांना दिली होती. प्रतिकाराच्या योजना आखण्यात शिवराय आणि त्यांचे सरदार गर्क झाले होते. इतक्यात पहारेकऱ्याने वर्दी दिली की, कोणी परागंदा मुसलमान भेटीस आला आहे. त्याला नि:शस्त्र करून पाठविण्याची आज्ञा शिवरायांनी दिली. तो आत येताच शिवराय म्हणाले,

"कोण आपण?"

"महम्मद कुलीखान."

"काय काम आहे?"

"एक मागणं आहे. आपली सेवा–"

"आमची सेवा? शिवरायांना सेवक नाहीत. शिवरायांसह सारे स्वराज्याचे सेवक आहेत."

"स्वराज्याची सेवा करण्याची संधी–"

“देशभक्ताला, धर्मभक्ताला मिळत असते. देशद्रोह्याला, धर्मद्रोह्याला नाही. समजलं, माजी सरसेनापती नेताजी पालकर?”

शिवरायांच्या तोंडून नेताजी पालकर, हे शब्द जाताच सदरेवरील सारे सरदार आश्चर्याने थक्क झाले.

नेताजी म्हणाले,

“आम्ही अपराधी आहोत. आम्हास आमच्या कृत्यांचा पश्चात्ताप झाला आहे.”

“पश्चात्तापानं एक वेळ धर्मद्रोहातून पावन होता येईल, कारण धर्म ही वैयक्तिक बाब आहे; पण देशद्रोहातून नाही. त्याला प्रायश्चित्तच घ्यावं लागतं.”

“दुसरा शिवाजी म्हणून आमच्या पाठीवरून हात फिरविणाऱ्या जिजाऊ मासाहेबांना स्मरून आपण द्याल, ते प्रायश्चित्त घ्यायला आम्ही तयार आहोत.”

नेताजी पालकरांनी शिवरायांचे पाय घट्ट धरले. त्या स्पर्शाने शिवरायांना नेताजींच्या पश्चात्तापाची तीव्र कळवळ जाणवली. शिवरायांनी मासाहेबांचे स्मरण केले. रुद्ध कंठाने ते म्हणाले,

“सगळं विसरून उदारमनानं मासाहेबांनी तुम्हाला क्षमा केली असती.”

“मग आपणही क्षमा करणार ना?”

"करू. पण नेताजींना, कुलीखानाला नाही."

"मतलब?"

"स्पष्ट आहे. कुलीखानाला आम्ही उद्याच्या उद्या नेस्तनाबूत करून टाकणार आहोत."

या शिवरायांच्या बोलण्याचा अर्थ नेताजींना स्पष्ट झाला नाही, पण बोलण्याची काही सोय नव्हती. दुसऱ्या दिवशी मंगल मुहूर्तावर उपाध्यायाकडून शास्त्रीपंडितांसमक्ष होमहवन करून नेताजींना शुद्ध करून घेतले. कुलीखान संपला. नेताजी शुद्ध झाले. परत हिंदुधर्मात आले.

नेताजींच्या शुद्धीकरणाची ही बातमी जेव्हा औरंगजेबाला समजली, तेव्हा त्याने भर दरबारात आकाशपाताळ एक केले. तो ओरडला,

"एवढी भयंकर बातमी मी आजपर्यंत ऐकली नाही. हा दारुण पराभव सहन करण्याची शक्ती परवरदिगाराने मजला द्यावी. शिवाजीने हाच उद्योग अखंड आरंभला, तर काबूल–कंदाहारच काय पण मक्कामदीनासुद्धा आता सुरक्षित नाहीत."

✺ ✺ ✺

सदरेवरचा शिपाई आत आला. राजांना मुजरा करून तो म्हणाला,

"फिरंगोजी बाहेर आले आहेत. आपल्या दर्शनाची इच्छा–"

"कोण? फिरंगोजी?" एकदम क्रोधाविष्ट होऊन शिवाजीराजे उद्गारले; "मग भूपालगड पडला की काय? मोठ्या शौर्यानं ते किल्ला लढवीत आहेत, अशी तर कालच बातमी आली आहे. जा, त्यांना ताबडतोब आत पाठवून दे."

सत्तरीकडे झुकलेला फिरंगोजी नरसाळा. करारी मुद्रा, रुबाबदार कल्ले, एके काळी बाहूंमध्ये प्रचंड हिम्मत असलेली, दणकट मनगटे. त्यांनी राजांना त्रिवार मुजरा केला आणि ते ओक्साबोक्सी एकदम ओरडले,

"राजे, घात झाला."

"फिरंगोजी, शोक आवरा आणि साफ साफ काय झालं ते आम्हांला सांगा."

"प्राणपणानं आम्ही किल्ला लढवीत होतो. दिलेरखानाच्या प्रचंड फौजेची आम्ही हैराणगत करून टाकली. पण प्रत्यक्ष शंभूराजे फौजफाटा घेऊन गडाची चढण चढताना या म्हाताऱ्याच्या अभागी डोळ्यांनी पाहिलं आणि आमचा तोफखाना बंद पडला. गड की शंभूराजे अशा भ्रांतचित्तानं आम्ही आपल्या पायी रुजू झालो आहोत."

शिवाजीराजे क्षणभर गोंधळून गेले. दोष शंभूबाळांना द्यावा की फिरंगोजींना द्यावा, हे त्यांच्या ध्यानात आले नाही. पण लगेच ते स्थिरचित्त झाले. आपली करडी नजर फिरंगोजींच्यावर रोखून ते म्हणाले,

"प्रेम आणि कर्तव्य यात कर्तव्यालाच महत्त्व द्यावं लागतं. फिरंगोजी, शंभूराजांचे ठिकाणी आम्ही असतो, तरीसुद्धा तुम्ही स्वराज्याचीच सेवा करायला हवी होती. किल्ला सोडून फार मोठी चूक केलीत तुम्ही."

"होय महाराज. चूक झाली खरी. पण ती शंभूराजांच्या प्रेमापोटी."

"हे प्रेम किती महागात पडतंय, याचा विचार तुमच्या मनात यायला हवा होता. दिलेरखान हा केवढा कडवा मोगल! केवढं कडक शासन त्याने किल्ल्यांवरील हिंदूंना दिलं असेल, कल्पनाच करवत नाही. जा फिरंगोजी जा, तुम्ही विश्रांती घ्या. आता अधिक तुमच्याशी बोलण्याची आमची इच्छा नाही."

शिवाजीराजे चिंताग्रस्त झाले. शंभूराजांची मूर्ती त्यांच्या नजरेसमोर आली. लहानपणीच आईच्या सुखाला मुकलेला हूड शंभूबाळ. स्वराज्याच्या सेवेत त्याची जडणघडण करण्यासाठी आपण काहीच करू शकलो नाही, याची खंत राजांच्या मनाला चाटून गेली. जिजाऊ मासाहेबांनी यथाशक्ती, यथामती त्यांच्यावर प्रेमाची पाखर घातली. त्यांना वळण लावण्याचा प्रयत्न केला. पण मासाहेबांच्या निधनानंतर सोयराबाईंनी शंभूराजांचा

दुःस्वासच केला आणि शंभूराजे अधिकाधिक भडकत आणि भरकटत गेले. येसूबाईसारखी निरागस कोवळी पोर शंभूराजांच्या बेबंदवृत्तीला कसा आवर घालणार? शिवाजी महाराजांनी त्यांची रवानगी सज्जनगडावर केली. रामदासस्वामींच्या सान्निध्यात शंभूराजे सुधारतील, अशी फार फार आशा शिवाजीराजांना होती. पण रामदासस्वामींच्या सान्निध्यात राहणे म्हणजे गुन्हेगाराला दिलेले शासनच होय; अशीच शंभूराजांनी स्वतःची समजूत करून घेतली आणि नशीब काढायला ते दिलेरखानाकडे गेले.

दिलेरखानाचा आनंद गगनात मावला नाही. शंभूराजांना मित्र करून मराठेशाही खिळखिळी करण्याचा मनसुबा त्याने रचला होता.

भूपालगड ताब्यात घेतल्यानंतर विजापुरावर स्वारी करून आदिलशाही काबीज करावी आणि ती मोगलांच्या राज्याला जोडावी, असा त्याचा विचार होता.

भूपालगडच्या पराक्रमाबद्दल त्याने शंभूराजांचा मोठा सन्मान केला आणि तसे शहेनशहा औरंगजेबाला दिलखुलास पत्र लिहिले.

दिलेरखानाच्या स्वारीचा सुगावा आदिलशहाला लागला. त्याने धास्ती खाल्ली. शिवाजीराजांच्याकडे त्याने मदत मागितली. दहा–बारा हजाराची फौज घेऊन शिवाजीराजे आदिलशहाच्या मदतीला गेले. त्याने हिंदूंवर अनन्वित अत्याचार करण्यास सुरुवात केली. शंभूराजांनी दिलेरखानाला विरोध केला; 'पण मला सांगणारे तुम्ही कोण?' असे उलट विचारून शंभूराजांचा त्याने अधिक्षेप केला.

शंभूराजांना पस्तावा झाला. हा दिलेरखान प्रसंगी आपल्याला अटक केल्याशिवाय राहणार नाही, असे त्यांना वाटले. शिवाजीराजांचे सैन्य शंभूराजांच्या मागावर होतेच. शेवटी येसूबाईला पुरुषवेष देऊन शंभूराजांनी दिलेरखानाच्या छावणीतून यशस्वी पलायन केले.

पिता–पुत्राची भेट झाली. शंभूराजे म्हणाले,

“आबासाहेब, चुकल्या पोराचे अक्षम्य अपराध पोटात घाला. अक्षम्य असा गुन्हा आमच्या हातून झाला.”

“शंभूबाळ,” आसवे अनावर होत शिवाजीराज म्हणाले, “शिवशंकराच्या कृपेनं तुम्ही सुखरूप परत आला आहात. आता चला. आपण परत जाऊ. जाताना रामदासस्वामींचे दर्शन घेऊ आणि पन्हाळगडी थोडे दिवस राहून चार हिताच्या गोष्टी बोलू.”

रामदासस्वामींचे दर्शन घेऊन शिवाजी महाराज शंभूराजांसह पन्हाळगडी परतले. सोयराबाईंचे आणि शंभूराजांचे पटत नाही; म्हणून पुन्हा पन्हाळगडी परत येण्याचे अभिवचन देऊन शिवाजीराजे रायगडी दाखल झाले.

शिवाजीराजांनी शंभूराजांना पन्हाळगडावर ठेवले. गृहकलहामुळे रायगडी त्यांना नेले तर कदाचित त्यांचा मनःस्ताप वाढेल, अशी त्यांना शंका आली. रायगडी जाण्यापूर्वी पाटगावकर मौनीबावांचे त्यांनी दर्शन घेतले. नंतर ते सज्जनगडाला आले. संभाजीराजांची हकिगत त्यांनी रामदासस्वामींच्या कानी घातली. शिवाजीराजे रायगडी पोहोचले.

राजकाजाचे मामले चालू असतानाच रामराजांच्या लग्नाचा प्रस्ताव पुढे आला आणि प्रतापराव गुजरांची चिमुरडी तेजस्वी सुकन्या जानकी हिला वधू म्हणून नेमस्त करण्यात आले.

सर्वांचेच लक्ष आता लग्नसोहळ्याकडे लागले. रामराजांची मुंज उरकून घेण्यात आली.

शारीरिक आणि मानसिक दगदगीमुळे शिवाजीराजांना ताप भरला. त्या तापातच विवाह व्यवस्थेबद्दलचे हुकूम शिवाजीराजे सोडीत होते. पन्हाळगडावरून शंभूराजांना बोलावण्याचा हुकूम देण्यासही ते विसरले नाहीत.

इकडे लग्नसमारंभाची घाई गडबड सुरूच होती. राजांचा ताप उतरला नाही. धन्वंतरी उपचारामागून उपचार करीत होते. काडीमात्र गुण येत नव्हता. विकार वाढतच होता.

तापातच गुडघे धरले होते. सोयराबाईसाहेब आपल्या पुत्राच्या लग्नव्यवस्थेत गढून गेल्या होत्या. राणी पुतळा शिवाजी राजांच्या चरणांशी सतत बसून होती.

मुहूर्ताचा दिवस जवळ आला. शंभूराजांच्या आगमनाचा पत्ताच नव्हता. सोयराबाईंना बोलावून राजे म्हणाले,

"शंभूबाळ अद्याप कसे आले नाहीत?"

"मनात नसेल यायचं–"

"असं कसं होईल?"

"त्यांचा अस्थिर स्वभाव का आपणास ठाऊक नाही? आले तर ठीक. नाही आले तर त्याहून ठीक!"

"राणीसाहेब, तुम्ही त्यांना निरोप पाठविला आहात ना?"

"होय." चाचरत सोयराबाई उद्‌गारल्या आणि निघून गेल्या.

काही केल्या शिवाजीराजांच्या प्रकृतीला आराम पडेना. त्यांचा धीर सुटू लागला आणि पैलतीरीचे विचार त्यांच्या डोक्यात येऊ लागले.

गडावर हजर असलेल्या स्वराज्याच्या आधारस्तंभांना बोलावून घेऊन निर्वाणीचे विचार राजे बोलू लागले.

आम्हास आता आमचा भरवसा नाही.

आम्हास कैलासराणांचे बोलावणे आले आहे.

त्या निमंत्रणाचा आम्ही शांत मनाने आदर करणार आहोत.

तुम्ही राज्य सांभाळावयाचे आहे.

शंभूबाळ आणि रामराजे यांचाही सांभाळ करावयाचा आहे.

आमचा जन्म झाला, तेव्हा महाराष्ट्रभर दुष्काळ होता. अन्नाला, निवाऱ्याला रयत महाग झाली होती. चाळीस वर्षे आम्ही दिनरात राबलो, कष्टलो, श्रींच्या कृपेने हे हिंदवी स्वराज्य उभे केले. आज प्रजेला अन्न, वस्त्र, निवाऱ्याला ददात नाही. हे आम्हाला मिळालेले मोठे सुख. दक्षिणेकडील शत्रूचा बंदोबस्त आम्ही केलाच आहे. उत्तरेकडल्या प्रबळ शत्रूला खडे चारण्याची आमची उमेद होती. पण ती गोष्ट अपुरी राहणार, असे दिसते. शंभूराजांना आणि रामराजांना पुढे करून उत्तरेकडील शत्रूला शिस्त लावण्याची कठीण कामगिरी आपणास करावयाची आहे. ती पार पाडण्यास आई भवानी आणि आमचे कुलदैवत कैलासराणा आपणास बळ देवो.

शिवाजीराजांनी आपला क्षण ओळखला. साऱ्यांना दूर जाण्यास सांगितले. हट्टाने केवळ राणी पुतळा त्यांचे चरणकमल पकडून नेत्रातून संतत आसवे ढाळत बसली होती.

भवानीच्या नामस्मरणात अखेर स्वराज्याचा सूर्य अवघ्या पन्नासाव्या वर्षी अस्ताला गेला.

असा हा प्रजेचा पालनहार प्रजेसाठी जगला आणि प्रजेसाठीच मेला.

✿ ✿ ✿

संतांची कामगिरी

छत्रपती श्री शिवाजी महाराजांच्या निधनामुळे मराठेशाहीचे एक देदीप्यमान सुवर्णयुग संपले. ज्या अलौकिक गुणांमुळे शिवाजी महाराजांनी या महाराष्ट्र भूमीवर स्वराज्यस्थापनेचा लोकोत्तर चमत्कार घडवून आणला, त्याचे थोडे सिंहावलोकन करणे अगत्याचे आहे.

शिवाजी महाराजांपूर्वी या महाराष्ट्र भूमीवर कोणाचेही एकछत्री राज्य नव्हते. एतद्देशियांचे तर नव्हतेच नव्हते. महाराष्ट्राचा मुलुख निजामशाहीत आणि आदिलशाहीत असा विभागला गेला होता. वतनासक्त मराठा सरदारांच्या जोरावर या दोन शाह्या आपला जुलमी कारभार हाकीत होत्या. थोडक्यात रंजीस आलेल्या गरीब रयतेला कोणी वाली नव्हता.

पण रात्रीच्या भयाण अंधाराच्या पोटीच पहाटेची चाहूल लागते आणि मग सूर्योदय होणार, याची खात्री पटते. छत्रपती श्री शिवाजी महाराजांचा उदय म्हणजे जर सूर्योदय म्हटले, तर या महाराष्ट्र भूमीवर संतांनी करून दाखविलेली कामगिरी म्हणजे झुंजूमुंजू पहाट समजावी लागेल.

जीर्णशीर्ण झालेल्या सामाजिक आणि धार्मिक वातावरणाला मराठी संतमहंतांनी आपल्या अलौकिक, त्यागी जीवनाने काहीशी शिस्त व स्थिरता आणली. असंख्य देव आणि त्यांचे तितकेच पंथो-पंथीय उपासक पाहिल्यावर हिंदू धर्माचा सर्वांना जणू उबग आला होता. अशा अंधारमय निराशेच्या काळात ‘भाव तोचि देव’, ‘भगवंत भक्तीचा भुकेला’ असा दिव्य संदेश संतांनी दिला. रंजल्या-गांजल्या रयतेला सोशिकता शिकविली.

अशा संतश्रेष्ठांमध्ये नामदेव, ज्ञानेश्वर, एकनाथ, तुकाराम आणि रामदास या पाच शिरोमणींची कामगिरी सुवर्णाक्षरांनी लिहावी अशीच आहे.

नामदेवांना पंढरीच्या विठोबाचे वेड. ते शिंपी समाजातले. त्यांनी कीर्तने केली, अभंग रचले. महाराष्ट्राबाहेरही हिंडून तो एकेश्वर भक्तीने पावतो, असा दिव्य संदेश दिला. पंजाबात जाऊन त्यांनी हिंदीत आणि गुरुमुखीत अभंग रचले. त्यांचे काही अभंग शिखांच्या ‘ग्रंथसाहिब’ या धर्मग्रंथात समाविष्ट झालेले आहेत. प्रत्येक महाराष्ट्रीयाला ही गोष्ट अभिमानास्पद आहे. नामदेव कीर्तन करू लागले, की त्यांच्यापुढे पांडुरंगच नृत्य

करीत आहे, असे भक्त म्हणीत. नामदेवांच्या या कीर्तनांचा लाभ सर्व धर्मीयांनी घेतला. मुसलमान देव एक मानतात. नामदेव केवळ विठ्ठलालाच देव मानीत असे. मुसलमानांना या गोष्टीचे आकर्षण होते.

नामदेवांइतकीच ज्ञानेश्वरांची कामगिरी अलौकिक आहे. रुक्मिणीबाईंशी लग्न करून विठ्ठलपंतांनी संन्यास घेतला. गुरूच्या आज्ञेने त्यांनी पुन्हा गृहस्थाश्रम स्वीकारला. पण सनातनी धर्ममार्तंडांना हे रुचले नाही. त्यांनी विठ्ठलपंतांना वाळीत टाकले. विठ्ठलपंतांना चार मुले होती. निवृत्ती, ज्ञानदेव, सोपान, मुक्ताबाई. सनातन्यांच्या छळापासून ही पोरे वाचली नाहीत. अखेर विठ्ठलपंतांना सपत्नीक आत्मबलिदान करावे लागले. पोरे बहिष्कृत, त्यात पोरकी झाली. निवृत्ती नाथसंप्रदायात गेला. ज्ञानेश्वराने गीतेचे महान तत्त्वज्ञान मराठीतून सांगण्यास प्रारंभ केला. गीतेच्या तत्त्वज्ञानाचा गाभा म्हणजे निर्मळ मनाने पांडुरंगाला शरण गेल्यावर तो पावतो. पुरुषाप्रमाणे स्त्रीलाही भक्ती करता येते. तिलाही देव पावतो. या भावंडांनी भयंकर छळ सोसूनही भागवत धर्माचा प्रचार आणि प्रसार केला. ज्ञानेश्वरांनी वैवाहिक जीवन न पत्करता स्त्रीला मोक्ष मिळविता येतो, अशी शिकवण दिली. याचा समाजावर सुपरिणाम झाला.

ज्ञानेश्वरांनंतर आपल्या अलौकिक जीवनाने ज्या थोर संताने आपल्या पाऊलखुणा उमटविल्या आहेत, तो म्हणजे संतश्रेष्ठ एकनाथ.

एकनाथ जातीने ब्राह्मण. ते राहणारे पैठणचे. त्यांनी अभंग, ओव्या, भारुडे लिहिली. एकनाथी भागवत तर प्रसिद्ध आहेच. भेदभाव मानू नका, स्पृश्य-अस्पृश्य फरक खोटा आहे. जात माणसाने पाडली; देवाने नाही, असे रोखठोक विचार एकनाथांनी शिकविले. इतकेच नव्हे, तर ते त्यांनी प्रत्यक्ष आचरणात आणूनही दाखविले. हरिजनाचे पोर त्यांनी हरिजनवाड्यात पोहोचवले. हरिजनवाड्यात ते जेवले. श्राद्धाचे अन्न त्यांनी हरिजनांना वाढले. ज्या काळात एकनाथांनी आपले विचार कृतीत आणून दाखविले, हे पाहिले म्हणजे एकनाथांच्या जिद्दीचे आणि निष्ठेचे जेवढे कौतुक करावे तेवढे थोडेच होय.

तुकाराम आणि रामदास हे तर शिवकालीन संत.

तुकाराम देहू गावचे. त्यांनी संसार केला, पण ते संसारात रमले नाही. ते पंढरपूरची वारी करीत. कीर्तने करीत. त्यांनी पाच हजार अभंग रचले. त्यातून लोकांना उपदेश करीत, दया-क्षमा-शांतीची शिकवण देत. त्यांनी तर देवाची व्याख्याच करून टाकली.

जे का रंजले गांजले । त्यासी म्हणे जो आपुले ।
तोचि साधू ओळखावा । देव तेथेचि जाणावा ।।

हनुमान मंदिरांची स्थापना सबंध महाराष्ट्रात करून तरुणांना बलोपासक बनविणारा आणि तोंडाने 'जय जय रघुवीर समर्थ' अशी घोषणा देणारा लोकप्रिय संत म्हणजे समर्थ रामदास होय. त्यांनी 'मनाचे श्लोक' लिहिले. 'दासबोध' लिहिला. शिवाजीराजांच्या कार्याचे अभिमानपूर्वक कौतुक केले. संभाजीराजे मार्ग चुकू लागले, तेव्हा त्यांना शिवाजीराजांच्या कर्तृत्वाची आणि अलौकिकत्वाची जाणीव रामदासांनीच करून दिली. रामदासांच्या कामगिरीचे वैशिष्ट्य म्हणजे त्यांनी जनमानसात श्रद्धा निर्माण केली, विश्वास निर्माण केला, त्यांना प्रवृत्तीमार्गावर आणले.

या पाच संतशिरोमणींच्या कामगिरीचा उपयोग शिवाजी महाराजांना झाला आणि त्यांनी तो कुशलतेने आणि कार्यक्षमतेने करून घेतला.

शिवाजी महाराजांचे थोरपण

ज्या काळात शिवाजी महाराज होऊन गेले, त्या काळाकडे नजर टाकली म्हणजे शिवाजी महाराजांचे अलौकिकत्व नजरेत भरते. त्यांनी शून्यातून स्वराज्याचे विश्व निर्माण केले, यात शंकाच नाही. त्यांच्या या कामात जिजाऊ मासाहेबांचा, दादोजी कोंडदेवांचा आणि शहाजीराजांचा मौलिक वाटा होता, असे म्हटले जात असले, तरी शिवाजीमहाराज हे स्वयंभू, मोठे होते हे मान्यच करावे लागते.

पुढेपुढे शिवाजी महाराजांच्या उद्योगाने दादोजी कोंडदेव घाबरले होते, हे ध्यानात घ्यायला हवे. आग्र्याच्या प्रयाणाच्या वेळी शिवाजी महाराजांना जिजाऊमासाहेबांना धीर द्यावा लागला. शहाजीराजांनी शिवाजी महाराजांना विरोध केला नाही; पण डोळसपणे उघडउघड फारशी मदत केल्याचे दिसून येत नाही. शिवाजी महाराजांचे कर्तृत्व, नेतृत्व त्यांचे स्वतःचेच होते. मराठा जहागिरदार वतनासक्त आहेत आणि ते स्वराज्याच्या कामी आडवे येणार, हे शिवाजीमहाराज जाणून होते. म्हणून अफझलखानाप्रमाणे, शाहिस्तेखानाप्रमाणे त्यांनी जावळीच्या चंद्रराव मोऱ्यांचा आणि मुधोळच्या बाजी घोरपड्यांचा निष्ठुरपणे निकाल लावला.

शिवाजी महराजांनी मराठा राज्याची निर्मिती केली. मराठ्यांचे राज्य पूर्वी कधीच नव्हते. शिवाजी महाराजांनी सामान्यांतून सैनिक निवडले. त्यांच्या सद्‌गुणांना उत्तेजन दिले.

त्यातूनच मोठमोठे सेनानी सैनिक त्यांनी निर्माण केले. तानाजी मालुसरे, येसाजी कंक, बाजी पासलकर, हंबीरराव मोहिते, बाजीप्रभू देशपांडे, मुरारबाजी ही ती माणसे होत.

पंथोपपंथांमुळे हिंदू धर्म विस्कळित झाला होता. सर्व हिंदूंत ऐक्यभावना निर्माण होण्यास शिवाजीराजांचे राज्य कारणीभूत झाले. आपापले पंथभेद उंबऱ्याच्या आत ठेवायला लावून त्यांनी साऱ्यांचा स्वराज्यकामी उपयोग करून घेतला. सिद्दी हिलाल, खान इब्राहीम खान, मदारी मेहतर या एकनिष्ठ मुसलमानांची सेवा त्यांनी स्वराज्याच्या कामी लावून घेतली. मग हिंदूंची सेवा अवश्य असेल, यात नवल ते काय?

वतनासक्त मराठा सरदारांचे राजकारण त्यांच्या लोभावर आधारलेले होते. शिवाजीराजांनी सामान्यांतल्या सामान्याला देशासाठी त्याग करायला शिकवले. पन्हाळ्याच्या पायथ्याशी शिवा काशीद मारला गेला, हे याचेच द्योतक होय. जाती-जातीत भांडणे होणार नाहीत, सर्वांचा समतोल राहील हे शिवाजी महाराजांनी पाहिलेले दिसते. महार, मांग, रामोशी, भिल्ल, कोळी यांनी मराठी राज्यात थोर पराक्रम केलेला दिसून येतो.

स्वधर्मीयांवर होणाऱ्या अन्यायाची चीड शिवाजी महाराजांना हिंदवी स्वराज्य स्थापना करण्यास काहीशी प्रेरक ठरली असेल. परंतु ते तितकेच. पुढे त्यांनी स्थापिलेल्या हिंदवी स्वराज्यात सर्वधर्मी समानत्व होते आणि सर्वांनी स्वराज्याबद्दल तीव्र प्रेम बाळगावे, अशी त्यांची शिकवण होती.

शिवाजीराजे, साध्या राहणीचे भोक्ते होते, स्त्रियांच्याबद्दल त्यांच्या मनात अत्यंत आदर होता. कल्याणच्या सुभेदाराच्या सुनेला आणि गढी रुद्रमाळेच्या किल्लेदाराचा कुटुंबकबिला त्यांनी सुरक्षित परत पाठविला. याला महान अर्थ आहे. स्त्रीची बेइज्जत करणाऱ्यांना शिवाजी महाराजांनी अत्यंत कडक शासन केले आहे. रांझ्याच्या पाटलाचा निवाडा हे एकच उदाहरण बोलके म्हणून घेता येईल. मशिदी, कुराण आणि बायबल यांचा शिवाजी महाराज आदर करीत; असे शत्रुपक्षाच्या इतिहासकारांनी नोंदलेले आहे. प्रजेचे सर्वथैव कल्याण हा त्यांच्या राज्याचा आदर्श होता. राज्ये मिळवली आणि गमाविली, अशी उदाहरणे इतिहासात अनेक. पण आपल्या कुशल प्रशासनाने शिवाजी महाराजांनी राज्य टिकविले. त्यांना वतनदारीचा वीट होता. त्यांनी कोणालाही वतने दिली नाहीत. ते एक पराक्रमी सेनानी होते आणि नीतिमान मुत्सद्दी होते. असाच बोध त्यांच्या चरित्रावरून आपणास मिळतो. शिवाजी महाराजांनी आरमार उभारले, ही एक असामान्य घटना म्हणून तिचा उल्लेख करावा लागेल.

थोडक्यात, पुष्कळ राजे झाले, पुष्कळ राजे होतील; परंतु छत्रपती शिवाजी महाराजांच्यासारखा राजा म्हणजे छत्रपती शिवाजी महाराजच होय.

❈ ❈ ❈

www.ingramcontent.com/pod-product-compliance
Lightning Source LLC
Chambersburg PA
CBHW082107280525
27283CB00041B/1078
9789386745392